நீங்கள் மென்மையான வன்முறையாளரா?

கார்குழலி

நீங்கள் மென்மையான வன்முறையாளரா?

கிழக்கு

நீங்கள் மென்மையான வன்முறையாளரா?
Neengal Menmaiyana Vanmuraiyalara?
Karkuzhali ©

First Edition: January 2023
176 Pages
Printed in India.

ISBN 978-93-90958-83-2
Kizhakku - 1311

Kizhakku Pathippagam
177/103, First Floor, Ambal's Building, Lloyds Road,
Royapettah, Chennai - 600 014. Ph: +91-44-4200-9603
Email : support@nhm.in Website : www.nhm.in

kizhakkupathippagam kizhakku_nhm

Kizhakku Pathippagam is an imprint of New Horizon Media Private Limited

சமர்ப்பணம்

எந்தச் சூழலிலும் நிபந்தனையற்ற அன்பையும் புரிதலையும் தந்த என் பெற்றோரின் நினைவுக்குச் சமர்ப்பணம்.

உள்ளே

என் தேடலும் பயணமும் தொடங்கியது எப்படி?

நம் ஒவ்வொருவருக்கும் ஏதோ ஒன்றுக்கான தேவையும் தேடலும் இருக்கிறது. அந்தத் தேடல் வழிநடத்தும் பயணமே வாழ்க்கை. தேவையோ தேடலோ வாழ்க்கையோ பயணமோ இந்தச் சமூகத்தைச் சார்ந்துள்ளது. பிறந்தது முதலே குடும்பமும் உறவுகளும் சமூகமும் கலாசாரமும் அரசியலும் நம் மீது தாக்கத்தை ஏற்படுத்துகின்றன. நம்மைப் பற்றிய பிம்பத்தையும் கருத்துக்களையும் தன்மதிப்பையும் இவற்றின் ஒட்டுமொத்த எதிர்வினைகளைக் கொண்டே கட்டமைத்துக் கொள்கிறோம்.

அன்பும் பரிவும் புரிந்துணர்வும் கொண்ட பெற்றோரைத் தாண்டிய உலகில் இயங்கத் தொடங்கியபோது மனிதர்களின் பேச்சும் செயலும் ஒப்பீடுகளும் காயப்படுத்தியது, கூனிக்குறுக வைத்தது, அச்சமூட்டியது, வெறுப்பை ஏற்படுத்தியது, துயரம் கொள்ளவைத்தது, கோபமூட்டியது. சில நேரம் வாழ்க்கையின்மீதும் மனிதர்களின்மீதும் இருந்த நம்பிக்கையை அசைத்துப் பார்த்தது. நடத்தையில் மாற்றம் ஏற்பட திட்டும் அடியும்தான் உதவும் என்று திடமாக நம்பிய

தலைமுறையின் குழந்தையாகப் பிறந்துவிட்டோம், ஆனால் அதை மாற்றிக்கொள்ளவேண்டும் என்பது புரிவதற்குள் வாழ்க்கையில் பாதி நாளைக் கடந்துவிட்டிருந்தேன்.

ஒரு பக்கம் கொடுஞ்சொல், வசைச் சொல், ஏச்சு எனத் தாக்குதல். மற்றொரு பக்கம் இயல்பான தருணங்களில் நகைச்சுவை என்ற பெயரில் கிண்டல், கேலி, எள்ளல் என்ற பெயரில் கடும் விமர்சனம். இவற்றால் ஏற்பட்ட காயத்தையும் வலியையும் மறைத்துக்கொண்டு வாழ்வதே இயல்பு எனக் கூறப்பட்டது. நான் பெற்றோரான பிறகும் இந்தப் புரிதலில் இருந்தே செயல்பட்டேன். அந்தக் காலகட்டத்தில் ஏற்பட்ட சமூக அரசியல் மாற்றங்களின் காரணமாகக் குழந்தைகளை அடிப்பதும் உடம்பைத் துன்புறுத்தும் தண்டனைகளைத் தருவதும் வன்முறை என்பது தெளிவாகியது. ஆனால் வாய்ப்பேச்சு, உடல்மொழி வழியாகச் செய்யும் வன்முறை குறித்து யாருமே பெரிதாகச் சிந்திக்கவில்லை.

என்னுடைய குழந்தைகள் வளர வளர என்னுடைய சுடுசொல்லும் நகைச்சுவை என்ற பெயரில் செய்த கிண்டலும் ஒப்பீடுகளும் அவர்களைப் பெருமளவில் பாதிப்பதை உணர்ந்தபோது வருத்தம் அடைந்தேன். அவர்களின் நலனிலும் பாதுகாப்பிலும் அக்கறை கொண்ட நான், ஏன் இப்படி நடந்துகொள்கிறேன் என்று யோசித்தேன். ஒரு புறம் பெற்றோராக அன்பையும் அரவணைப்பையும் புரிந்துணர்வையும் தந்துகொண்டே மற்றொரு புறம் பேசும் சொற்களால் தன்னம்பிக்கையையும் சுயமரியாதையையும் அசைத்துப் பார்க்கும் வழிகளில் நடப்பது சரியல்லவே. இனி என் வாழ்க்கையில் எந்தவிதமான வன்முறைக்கும் இடம்தரக்கூடாது என்று முடிவுசெய்தேன். ஆனால் எப்படி நடைமுறைப்படுத்துவது என்பதற்கு எடுத்துக்காட்டுகளோ முன்மாதிரிகளோ இல்லை.

அப்போதுதான் சமகால உளவியல் வல்லுநர்கள், மன நல மருத்துவர்கள், அமைதிப் புரவலர்கள், தத்துவ அறிஞர்களின் எழுத்துக்களைப் படிக்கும் வாய்ப்பு கிடைத்தது. இவர்களின் கோட்பாடுகளும் வாழ்வியல் சிந்தனைகளும் ஆய்வுகளும் தரவுகளும் நவீன உலகில் வன்முறையற்ற வாழ்க்கையை வாழ்வதற்கான வழிமுறையைத் தெளிவாகச் சுட்டின. என் ஆளுமை, மனப்பாங்கு, பேச்சு, செயல், எதிர்வினை போன்றவற்றை நிர்ணயிப்பவை எவை என்பதைப் புரிந்துகொள்ள உதவின. ப்ரீனே பிரவுன், மார்ஷல் ரோசென்பர்க், ஜோனிஸ் வெப், கேரில் மேக்பிரைட் போன்றோரின் எழுத்துகளும் காணொளிகளும் ஒலிப்பதிவுகளும் அன்றாட வாழ்வில் நாம் செய்யும்

வன்முறைகளையும் அதற்கான உளவியல் காரணங்களையும் விளக்கின. என் வாழ்க்கையின் குறிக்கோள் என்னவென்பதும் அதை அடைய எதையெல்லாம் மாற்றிக்கொள்ளவேண்டும் என்பது புரிந்தது. குறிப்பாக, அன்றாட வாழ்வில் வாய்ப்பேச்சின் மூலம் எப்படி எல்லாம் வன்முறையை வெளிப்படுத்துகிறோம் என்பதை மார்ஷல் ரோசென்பர்கின் எழுத்துகளும் காணொளிகளும் எடுத்துக்காட்டின. இதைத் தவிர்ப்பதற்காக அவர் வகுத்திருக்கும் வன்முறையற்ற தகவல் பரிமாற்றச் செயல்முறையைப் பின்பற்றத் தொடங்கினேன். முதலில் கொஞ்சம் தட்டுத்தடுமாறினாலும் நாளடைவில் எல்லா இடத்திலும் அதை எளிதாகப் பின்பற்றமுடிகிறது.

வாழ்க்கையின் குறிக்கோளை அறியும் பொருட்டு நடக்கும் இடைவிடாத தேடலில் தொடங்கிய உள்நோக்கிய பயணம் எனக்குள்ளும் புறச்சூழலிலும் நிகழ்த்தும் மாற்றங்களைக் கண் கூடாகப் பார்க்கிறேன். புதிய கோட்பாடுகளையும் கருத்துகளையும் உள்வாங்க வேண்டுமென்றால் பழைய தத்துவங்களையும் படிமங் களையும் தூக்கி எறியவேண்டும். அதற்கான முயற்சியில் தொடர்ந்து முனைப்போடு ஈடுபட்டு வருகிறேன். வன்முறையற்ற தகவல் பரிமாற்றச் செயல்முறை பற்றியும் என் வாழ்க்கைப் பயணத்தில் ஏற்பட்ட அனுபவங்களையும் இந்தப் புத்தகத்தில் எழுதி இருக்கிறேன். இது உங்கள் வாழ்விலும் வாழ்வியல் முறையிலும் ஏதேனும் மாற்றத்தை ஏற்படுத்த உதவும் என்று நம்புகிறேன்.

தி இந்து தமிழ் திசையின் காமதேனு இணைய இதழில் தொடர் எழுதலாமே என்று திரு. சந்திரமோகன் சொன்னபோது உளவியல் அனுபவம் சார்ந்த கட்டுரைகளை எழுதலாமா என்று கேட்டேன். நன்றாக வரும், எழுதுங்கள் என்று உற்சாகமூட்டினார். ஒவ்வொரு வாரமும் கட்டுரையை ஒட்டி அவருடன் நிகழ்த்திய உரையாடல்கள் புத்துணர்ச்சி தந்தன. எதைப் பற்றியும் எழுதலாம் என்று அவர் தந்த சுதந்திரம் படைப்புணர்வுக்கு ஊக்கமளித்தது. சமகால நிகழ்வுகளை வன்முறையற்ற வாழ்வியல் என்ற கோணத்தில் இருந்து அணுகியது தனிப்பட்ட முறையில் எனக்குப் பல திறப்புகளைச் செய்தது.

தமிழில் தனிப் படைப்பாக வெளிவரும் என் முதல் அச்சுப் புத்தகமான இதைக் கிழக்கு பதிப்பகம் வெளியிடுகிறது என்பதில் மட்டற்ற மகிழ்ச்சியும் பெருமையும் கொள்கிறேன். ஆசிரியர் திரு. மருதனுக்கு மனமார்ந்த நன்றியைத் தெரிவித்துக்கொள்கிறேன்.

அன்புடன்
கார்குழலி

1. பேச்சில் வன்முறை செய்யமுடியுமா?

வன்முறை என்ற சொல்லைக் கேட்டதும் நம் மனதில் தோன்றும் பிம்பங்கள் என்னென்ன? இரத்தம் சொட்டும் வரை ஒருவரையொருவர் அடித்துக் கொள்வது, உடல் பாகங்களுக்குச் சேதம் விளைவிப்பது, அடித்து விரட்டுவது, துப்பாக்கி அல்லது கத்தி போன்ற கொடிய ஆயுதங்களைக் கொண்டு காயம் ஏற்படுத்துவது, கொல்வது, குண்டு வெடிப்பது எனப் பெரிய பட்டியலே போடலாம். சுருக்கமாகச் சொன்னால் இதுவரையிலும் சினிமாவிலும் தொலைக்காட்சியிலும் இணையத்திலும் பார்த்த காட்சிகளே வன்முறை என்பது மனதில் ஆழப் பதிந்துள்ளது.

ஆனால் விரலைக்கூட அசைக்காமல் வன்முறை செய்யலாம். பார்வையாலோ முகபாவனையாலோ பேசும் சொற்களாலோ வன்முறை நிகழ்த்த முடியும். இவற்றை வாய்மொழி வன்முறை அல்லது சாத்வீக வன்முறை அல்லது மென்மையான வன்முறை என்கிறார்கள். ‘வன்முறை செய்யாதே’ என்று அறிவுரை

சொல்லும்போது இவற்றைக் கணக்கில் எடுத்துக்கொள்கிறோமா என்றால் இல்லை என்றுதான் சொல்லவேண்டியிருக்கிறது.

மனிதன் நாகரிகமடைந்து தகவல் பரிமாற்றத்தில் உச்சநிலையை எட்டிய பிறகு மென்மையான வழிகளிலும் பேச்சிலும் வன்முறை செலுத்துவது அதிகமாகிவிட்டது என்று தோன்றுகிறது. இதனால் மக்களுக்கு ஏற்படும் உளவியல் பாதிப்பு அதிகம். அன்றாட வாழ்வின் பல நிலைகளிலும் தளங்களிலும் அதன் தாக்கம் எதிர் மறையாகச் செயல்படுகிறது என்கிறார்கள் உளவியல் வல்லுநர்கள்.

ஒருவர் தொடர்ச்சியாக மென்மையான வன்முறையால் பாதிக்கப்படும்போது கோபம் தூண்டப்படுகிறது. அதைச் சமாளிக்க ஆற்றும் எதிர்வினை வன்முறையில் முடிகிறது. இதனால் வீட்டிலும் பொதுவெளியிலும் அமைதி குலைகிறது. நெருப்பை அணைக்க வேண்டுமென்றால் அதற்கான எரிபொருள் இல்லாமல் போகச் செய்யவேண்டுமல்லவா. வன்முறையில்லாமல் தகவல் பரிமாற்றம் செய்துகொள்வதை அன்றாட வாழ்க்கையில் பின்பற்றினால் எப்படி இருக்கும். இன்னும் ஒரு படி மேலே போய் அடுத்தவரின் மேல் இருக்கும் உண்மையான பரிவின் அடிப்படையில் தகவல் பரிமாற்றம் செய்தால் எப்படி இருக்கும்.

சிறு வயது முதலே தன்னைச் சுற்றியுள்ளவர்களின் வன்முறையான பேச்சையும் செயலையும் பார்க்கும் குழந்தைகள் தாங்களும் அதைப் போலவே நடக்கிறார்கள். வீட்டில் இருக்கும் பெரியவர்கள் நல்வழிப்படுத்துகிறோம் என்ற பெயரில் குழந்தைகளை அடிக்கிறோம். ஒருவரோடு மற்றவரை ஒப்புமைப்படுத்திப் பேசுகிறோம். சொல்வதைச் செய்யவில்லை என்றால் தண்டனை கிடைக்கும் என்று பயமுறுத்துகிறோம். பள்ளியில் ஆசிரியர்கள் கையில் பிரம்பு வைத்திருப்பதைப் பார்த்து வளர்ந்த தலைமுறையினர் பெற்றோராகும் போது அடிப்பதை நியாயப்படுத்துகிறோம். ‘அடியாத மாடு படியாது’, ‘அடி உதவுகிற மாதிரி அண்ணன் தம்பி கூட உதவ மாட்டார்கள்’, என்று குழந்தைகளை அடிப்பதை நியாயப்படுத்தும் எத்தனை எத்தனை பழமொழிகளைத் துணைக்கு அழைக்கிறோம்.

ஆனால் அடிவாங்கும் குழந்தைகள் தவற்றை உணர்ந்து திருந்திவிடுகிறார்கள் என்பதற்குச் சான்று எதுவும் இல்லை. அடிப்பவர் இல்லாத போது அதே செயலைச் செய்கிறார்கள். அல்லது செய்துவிட்டுச் செய்யவில்லை என்று மறைக்கிறார்கள். ஆக நாம் காட்டும் வன்முறை நினைத்துக்கூடப் பார்க்காத வேறு பல

தாக்கங்களைக் குழந்தைகள்மீது ஏற்படுத்துகிறது. எனவே வருங்கால சந்ததியினர் வன்முறையற்ற உலகில் வாழவேண்டும் எமன்றால் வன்முறையில்லாத தகவல் பரிமாற்றம் செய்யக் கற்றுத்தருவது இன்றியமையாத விஷயமாகிறது. மனிதத் தன்மையோடு அடுத்தவரின் உணர்வுகளைப் புரிந்துகொண்டு நடப்பது அவசியமாகிறது. அன்போடும் பரிவோடும் புரிந்துணர்வோடும் ஒருவரோடு ஒருவர் பேசிக்கொள்வதே வன்முறையற்ற தகவல் பரிமாற்றம்.

இரண்டாம் உலகப் போரின் போது நாஜிக்கள் யூதர்களை வதைமுகாம்களில் அடைத்து வைத்துக் கொத்துக் கொத்தாகக் கொன்று குவித்தார்கள். இந்தக் கொடுமைகளுக்கு எல்லாம் தலைமை தாங்கி வழிநடத்திய சர்வாதிகாரி ஹிட்லர் இளவயதில் வன்முறையை எதிர்கொள்ளும் துர்பாக்கியம் கொண்டவர். வரலாற்றின் பக்கங்களைப் புரட்டினால் வன்முறைதான் எதற்கும் தீர்வு என்ற ஆழ்ந்த நம்பிக்கைகொண்ட இன்னும் எத்தனையோ மனிதர்களைப் பார்க்கலாம். இவர்களின் இளமைக்காலத்தில் வன்முறையை எதிர்கொண்டதே இதற்குக் காரணம்.

அச்சத்தை விதைத்து அன்பையும் அமைதியையும் அறுவடை செய்யமுடியாது. உலகம் கொடியது, இரக்கமற்றது, கருணையற்றது என்று சொல்வதைக் கேட்கும் எவருமே தானும் கொடியவராகவும் இரக்கமற்றவராகவும் இருந்தால் மட்டுமே இங்கு பிழைத்திருக்க முடியும் என்று நம்பத் தொடங்குகிறார்கள். உலகமும் சமுதாயமும் சுயம்புவாகத் தோன்றியவையா என்ன? நாம்தானே அதை உருவாக்குகிறோம். ஆக வன்முறையை எந்த வடிவிலும் வெளிப்படுத்தமாட்டோம் என்று ஒவ்வொருவரும் சபதம் எடுத்தால் என்ன? முதலில் பேச்சில் வன்முறையைத் தவிர்க்கக் கற்றுக் கொண்டால் எப்படி இருக்கும். பரிவுணர்வோடும் கருணையுள்ளவர் களாகவும் இருக்க இது முதல் படி என்கிறார்கள் வல்லுநர்கள்.

சரி, சின்ன சுய பரிசோதனை ஒன்றைச் செய்ய சிறிது நேரம் ஒதுக்கலாமா. இதுவரை கீழ்க்கண்ட சொற்களை அல்லது வாக்கியங்களை எத்தனை முறை பயன்படுத்தியிருப்போம் என்று கணக்கெடுக்கலாமா.

1. உனக்கு எத்தனை தடவை சொன்னாலும் புரியாதே. அறிவுகெட்ட முட்டாள்.
2. நீ சுத்த சோம்பேறிடா. எப்பவும் எதுக்கும் வளையாதே.

3. அவன் ஒரு முரடன், போக்கிரி...

4. அவள் சண்டைக்காரி, பஜாரி....

5. அவங்களுக்கு வேற என்ன வேலை. எப்போ பார்த்தாலும் அடுத்தவர்களைப் பற்றி புகார் சொல்லிக்கிட்டே இருப்பாங்க.

பெரும்பாலும் எல்லோருமே பயன்படுத்தும் வாக்கியங்கள் இவை. இவற்றில் வன்முறை பொதிந்திருக்கிறது என்று சொன்னால் எத்தனை பேர் ஒத்துக்கொள்வோம்.

ஒருவரின் செயலை அடையாளப்படுத்த நாம் பயன்படுத்தும் சொற்கள் ஒரு பொருளுக்கு அடையாள முத்திரையிடுவது போன்றது. ஆனால் மனிதர்களுக்கு உணர்வு உண்டல்லவா. இந்த அடையாள முத்திரையை அவர்கள் மனதார ஏற்றுக் கொள்கிறார்களா? இது அவர்களின்மீது எத்தகைய தாக்கத்தை உருவாக்குகிறது என்பதை உணர்ந்து செயல்படுகிறோமா? அதெல்லாம் இருக்கட்டும். முதலில் ஒருவரின் செயலையோ நடந்துகொள்ளும் விதத்தையோ விவரிக்க நாம் பயன்படுத்தும் உரிச்சொல் அல்லது அடைமொழி சரியானதுதானா? நாம் பார்ப்பதை உண்மையா என்று தீர விசாரித்து அறிகிறோமா அல்லது நம்முடைய முந்தைய அனுபவங்களால் முன்முடிவுக்கு வருகிறோமா?

இப்படியெல்லாம் சிந்திக்கத் துவங்குவதுதான் வன்முறையற்ற தகவல் பரிமாற்றத்துக்கும் நிம்மதியான வாழ்க்கைக்கும் முதல் படி. 'முதல்ல அவளை நிறுத்தச் சொல்லு, இவனை நிறுத்தச் சொல்லு, அப்புறமா நானும் நிறுத்தறேன்,' என்பது போன்ற வசனங்களை உளவியல் வல்லுநர்கள் ஏற்றுக் கொள்வதில்லை. எந்த மாற்றமும் முதலில் நம்மிடம் இருந்துதான் தொடங்கவேண்டும். எதையாவது மாற்றவேண்டும் என்று நினைப்போமென்றால் அந்தச் செயலை முதலில் நம்மிடமிருந்து தொடங்கும் உரிமை மட்டுமே நமக்கு இருக்கிறது. அதை எப்படிச் செய்யலாம்? வன்முறையை எப்படி நிறுத்தலாம்? அமைதியான வாழ்வை எப்படி வாழலாம்?

•

2. உளமாரப் பேசுகிறீர்களா, முனைப்புடன் கேட்கிறீர்களா?

யாரும் வேண்டுமென்றே வன்முறையில் ஈடுபடுவதில்லை. இயற்கையாகவே மனிதர்கள் எல்லோரிடமும் அன்பும் பரிவும் கொட்டிக் கிடக்கிறது என்பதுதான் உண்மை. அப்படி என்றால் நம்மில் சில பேர் அந்த அன்பின் ஊற்றைச் சுரக்காமல் சுயநலத்தோடு நடந்துகொள்வதோடு அடுத்தவர்களைக் காயப்படுத்தும் செயல்களைச் செய்கிறோமே, அதற்குக் காரணம் என்ன?

அதே நேரத்தில் எத்தனை இக்கட்டான சூழலிலும் புரிதலோடும் பரிவோடும் நடப்பவர்களையும் சந்தித்திருப்போம். இன்னா செய்பவருக்கும் அவர் நாண நன்னயம் செய்யும் பெருந்தகையாளர்கள் உலகமே போற்றும் தலைவர்களாக இருக்கலாம் அல்லது அன்றாடம் பார்க்கும் சாமானியர்களாக இருக்கலாம். எந்தச் சூழலிலும் வன்முறையற்ற அறவழியில் நடப்பது இவர்களுக்கு மாத்திரம் எப்படிச் சாத்தியமாகிறது? 'பகைவனுக்கருள்வாய்

நன்னெஞ்சே, பகை நடுவினில் அன்புருவான பரமன் வாழ்கிறான்,' என்று பாரதியால் எப்படி உணரமுடிந்தது.

வன்முறைச் செயல்களைச் செய்பவர்களும் நம்மைப் போன்ற மனிதர்கள்தாம். அவர்களைப் புரிந்துகொள்ள கொஞ்சம் மெனக்கெட்டோம் என்றால் எத்தனை துயரத்தில் இருக்கிறார்கள் என்பதும் தாங்கமுடியாத உள வலியோடும் நலிந்த மனத்தோடும் இருக்கிறார்கள் என்பதும் தெரியவரும். இந்த வலியைப் புரிந்துகொண்டு பரிவோடு நடந்துகொள்ளாவிட்டால் சக மனிதர்களுக்கு ஆபத்தையும் துயரத்தையும் விளைவிக்கும் வலிமையைப் பெற்றுவிடுகிறார்கள்.

நாம் ஒருவரோடு ஒருவர் தொடர்புகொள்ள உதவியாக இருப்பது மொழி. அதன் துணையோடு நம் உணர்வுகளையும் தேவைகளையும் துல்லியமாக எடுத்துச் சொல்லப் பழகவேண்டும். அதே போல அடுத்தவரின் உணர்வுகளைப் புரிந்துகொள்ள முயற்சிப்பதும் அவசியம். உதட்டளவில் மட்டும் பேசாமல் உளமாரப் பேசத் துவங்குவது வன்முறையற்ற தகவல் பரிமாற்றத்துக்கு வழிவகுக்கும் என்கிறார்கள் வல்லுநர்கள்.

வன்முறையில்லாமல் பேசவேண்டும் என்றால் வசைச்சொற்கள் இல்லாமல் பேசப் பழகவேண்டும். எவையெல்லாம் வசைச் சொற்கள்? 'பதினெட்டு வயதுக்கு உட்பட்டவர்கள், மரியாதைக்குரிய பெரியவர்கள், கர்ப்பிணிகள், இதயநோய் உள்ளவர்கள், இன்னபிற பலகீன மனம்கொண்டவர்கள் இதைப் பார்க்கவோ கேட்கவோ வேண்டாம்,' என்ற உரிமைத்துறப்பு அறிவிப்பு பட்டியலைப் போல ஒரு சிலரின் முன்னால் பேசக்கூடாத சொற்கள் மட்டுமே வசையல்ல. அடுத்தவரைக் காயப்படுத்தும் எதுவுமே வசைச்சொல்தான்.

'எல்லாம் எனக்குத் தெரியும். கொஞ்சம் வாயை மூடறியா?'

'அய்யோ, பாடறேன்னுட்டு கத்தறியே.'

'என்ன உடம்பு இப்படி பெருத்துப் போச்சு. கொஞ்சம் வாயைக் கட்டு.'

'கிண்டல் பண்றாங்களா. இப்படி எலி வாலாட்டம் பின்னல் இருந்தா அப்படித்தான் செய்வாங்க.'

'அவன் அடிச்சானா. நீ என்ன அழிச்சாட்டியம் செஞ்சேன்னு சொல்லு.'

‘இதெல்லாம் ஒரு பிரச்னையா. நானெல்லாம் எவ்வளவு கஷ்டத்தை தாண்டி வந்திருக்கேன் தெரியுமா.’

சாதாரணமாகத் தோன்றும் இந்தச் சொற்றொடர்கள் யாரை நோக்கிச் சொல்லப்படுகிறதோ அவரைக் காயப்படுத்துவதை உணராமல் எத்தனை முறை பேசியிருப்போம். சில சமயம் சுவை கூட்டுவதற்காக ‘பஞ்ச் டயலாக்’ வேறு சேர்த்துக்கொள்வோம்.

வன்முறை பொதிந்த பேச்சை எதிர்கொள்பவர் சாதனையாளராக இருந்தாலுமே கோபத்தைத் தூண்டும், மனக்கசப்பு ஏற்படும். அவரும் பதிலுக்குக் காயப்படுத்தும் சொற்களைப் பேசுவார். அப்புறமென்ன, சண்டையில்தான் முடியும். கொஞ்சம் தாழ்வுமனப்பான்மை கொண்டவராக இருந்தாலோ துவளச் செய்துவிடும், இந்த உலகத்தின்மீதும் சக மனிதர்களின்மீதும் இருக்கும் நம்பிக்கை குறையும். தொடர்ச்சியாக இது போன்ற பேச்சுக்களைக் கேட்க நேரிட்டால் துயரம், நம்பிக்கையிழப்பு, வெறுப்பு, கோபம் என்று தொடர்ந்து இறுதியில் வன்முறையில் முடிய வாய்ப்பு இருக்கிறது. ஆனால் நம் பேச்சும் செயலும் அடுத்தவரைக் காயப்படுத்துவதைத் தெரிந்துகொள்ளாமலே பெரும்பாலான காலத்தை ஓட்டிவிடுகிறோம்.

ஒரு நிமிடம் கண்ணை மூடுங்கள். இதுவரையில் நீங்கள் காயப்பட்ட தருணங்களைக் கொஞ்சம் நினைவுபடுத்திப் பாருங்கள். விரல் விட்டெல்லாம் எண்ண முடியாது. கடற்கரை மணல் போல எத்தனை வலிமிகு தருணங்கள் வாழ்வின் ஒவ்வொரு கட்டத்திலும்.

நாம் எல்லோருமே ஏதோ ஒரு வகையில் காயப்பட்டிருக்கிறோம். இந்தக் காயத்தினால் ஏற்படும் உள வலியை நம்மால் தாங்கமுடியாத போது சொற்கள் மற்றும் செயல்களின் வழியாக அடுத்தவருக்குக் கடத்துகிறோம். உள வலி உடல் வலியை விடவும் பலமடங்கு அதிக வீரியமுள்ளது, பல நேரங்களில் அதுவே உடல் வலியையும் ஏற்படுத்துகிறது. ஏற்கெனவே சொன்னது போல கொடூரமான குற்றங்களிலும் வன்முறைகளிலும் ஈடுபடுபவர்கள் இளவயதில் வன்முறைக்கு ஆளானவர்கள்தாம் என்பது பற்பல ஆய்வுகளில் நிரூபணமாகியுள்ளது.

என்ன பேசுகிறோம் எப்படிப் பேசுகிறோம் என்பதோடு அடுத்தவர்கள் பேசுவதைக் காது கொடுத்துக் கேட்பதும் அவசியம். பன்னாட்டு நிறுவனங்களில் பணியாளர்களுக்கு நிறுவனத்தின் செயல்நோக்கம், குறிக்கோள், உள்ளார்ந்த கொள்கை, விழுமியம்,

நன்னெறி கோட்பாடு ஆகியவை குறித்த பயிற்சி வகுப்புகள் நடக்கும். கூடவே தகவல் பரிமாற்றத் திறனை வளர்த்துக் கொள்ளவும் செம்மைப்படுத்திக்கொள்ளவும் வருடத்துக்கு ஒரு முறையாவது பயிற்சி வகுப்புகளில் பங்கெடுக்க வேண்டியிருக்கும். இந்தப் பயிற்சியில் கேட்கும் திறன், செவிகொடுத்துக் கேட்பது, முனைப்புடன் கேட்பது என்ற மூன்று சொற்றொடர் களுக்குமிடையே இருக்கும் வேறுபாட்டைக் கற்றுக் கொடுக்கிறார்கள்.

செவித்திறன் இருப்பவர் எல்லோருக்குமே சுற்றி எழும் ஓசைகள் அவர்கள் விரும்பினாலும் விரும்பாவிட்டாலும் கேட்கும், இது கேட்கும் திறன். அடுத்ததாக என்ன பேசுகிறார்கள் என்பதைக் கேட்பது. மூன்றாவது அடுத்தவர் எந்த நிலையில் இருந்து பேசுகிறார் என்பதை உணர்ந்துகொள்வதற்காக மரியாதையுடனும் கவனத்துடனும் புரிதலுடனும் முனைப்புடன் கேட்பது. உளமார கருத்துக்களைப் பகிர்ந்துகொள்ளவேண்டும், எதிர்த்தரப்பில் இருப்பவருடன் நல்லுறவைப் பேணவேண்டும் என்றால் முனைப்புடன் கேட்கும் திறனை வளர்த்துக்கொள்வது அவசியம்.

தனிப்பட்ட உறவோ பணியிடம் அல்லது வணிகம் சார்ந்த உறவோ, நம்முடைய உள்ளார்ந்த தேவைகளை நிறைவு செய்துகொள்ளத்தான் கருத்து அல்லது தகவல் பரிமாற்றம் நடைபெறுகிறது. தேவைகள் தடையில்லாமல் நிறைவேற வேண்டுமென்றால் வன்முறையற்ற தகவல் பரிமாற்றம் செய்யக் கற்றுக்கொள்வது அவசியம். விழிப்புணர்வுடன் பேசுவது, முனைப்புடன் கேட்பது இவற்றோடு கூர்ந்து கவனிப்பதும் அவசியமாகிறது. சொல்லப்போனால் விழிப்புணர்வோடு பேச வேண்டும் என்றால் கூர்ந்து கவனிக்கும் திறனை வளர்த்துக்கொள்ளவேண்டும். இரண்டுக்கும் என்ன தொடர்பு என்று ஆச்சரியப்படுகிறீர்களா. பொறுங்கள், விளக்கமாகச் சொல்கிறேன்.

•

3. உள்ளதை உள்ளபடியே பேசுவது எப்படி?

எந்த மாற்றமும் முதலில் நம்மிடம் இருந்துதான் தொடங்க வேண்டும். யாரையாவது கட்டுப்படுத்த வேண்டும், மாற்றவேண்டும் என்ற எண்ணம் இருந்தால் அதை நம்மீது செய்யும் உரிமை மட்டுமே உண்டு என்று முதல் அத்தியாயத்தில் எழுதி இருந்தேன். அதற்கு எழுத்தாளரும் நலம் விரும்பியுமான நண்பர் தன் கருத்தைப் பகிர்ந்துகொண்டார்: 'கட்டுப்பாடு, ஆதிக்கம் தன்னையும் சேர்த்தே யார் மீதும் வேண்டாம் என்பதுதான் வன்முறையை தவிர்க்கும்.'

உண்மைதான். அளவுக்கு மீறினால் சுயகட்டுப் பாடும் எதிர்மறையான விளைவுகளையே ஏற்படுத்தும் என்பதில் சந்தேகமில்லை; சக மனிதர்களுடனான உறவைப் பாதிப்பதோடு மன அழுத்தத்தையும் ஏற்படுத்துகிறது என்கிறார்கள் உளவியல் வல்லுநர்கள்.

இங்கு சுட்ட விரும்பியது இதைத்தான்: அடுத்தவர்கள் மாறினால்தான் நான் மாறுவேன் என்ற எதிர்பார்ப்பு சரியல்ல. கூடவே நம்மோடு

சேர்ந்து உடன் இருப்பவர்களும் மாறவேண்டும் என்ற எண்ணம் ஏற்பட்டுவிட்டால் அவர்கள் செய்வது எல்லாவற்றையும் கண்காணிக்கத் தொடங்கிவிடுவோம், புத்தி சொல்லவும் சுட்டிக் காட்டவும் முற்படுவோம். அது உறவில் விரிசலை ஏற்படுத்தும். ஆனால் நம்மை மாற்றிக்கொள்ளவேண்டும் என்று எடுக்கும் முயற்சி சிறியதானாலும், அதைத் தொடர்ந்து இடைவிடாமல் செய்வோமானால், நாளடைவில் பெரிய மாற்றத்தை ஏற்படுத்தும்.

'வண்ணத்துப்பூச்சி விளைவு' என்ற கோட்பாடு இந்த உலகின் ஏதோ ஒரு மூலையில் இருக்கும் வண்ணத்துப்பூச்சியின் சிறகசைப்பு வேறொரு இடத்தின் வானிலையில் பாதிப்பை ஏற்படுத்தும் என்கிறது. அப்படியானால் நாம் புரிதலோடும் பரிவோடும் செய்யும் செயலும் ஒருவரின்மீது காட்டும் அன்பும் அடுத்தடுத்த நபர்களிடம் கடத்தப்படுகிறது. செயல் சிறியது என்றாலும் நாளடைவில் நாம் எண்ணிப் பார்க்க முடியாத பெரிய தாக்கங்களை ஏற்படுத்தும் என்பதில் சந்தேகமில்லை. வன்முறையற்ற தகவல் பரிமாற்றத்தை ஒரே ஒருவர் கைக்கொண்டால்கூட அவரைச் சுற்றியுள்ளவர்களிடம் மாற்றத்தை விளைவிக்கும். உளமார்ந்த உணர்வுகளைச் சொற்களின் வழியாகத் தெளிவாகப் பரிமாறிக்கொள்ளும் போது இந்த உலகமே அன்புமயமாகும் என்பதில் சந்தேகமில்லை.

ஏற்கனவே சொன்னது போல வன்முறையற்ற தகவல் பரிமாற்றத்துக்கு விழிப்புணர்வுடன் பேசுவது, முனைப்புடன் கேட்பது இவற்றோடு கூர்ந்து கவனிப்பதும் அவசியமாகிறது. ஒரு நிகழ்வைப் பார்க்கிறோம். அப்போது அங்கிருப்பவர்கள் என்ன பேசுகிறார்கள், என்ன செய்கிறார்கள், அந்தச் செயல் நமக்கு உதவியாக இருக்கிறதா இல்லையா என்பதைப் புரிந்து கொள்கிறோமா என்பதுதான் விஷயம்.

இதில் முக்கியமான வழிகாட்டி என்னவென்றால் நாம் பார்ப்பதை எந்தவிதமான மதிப்பாய்வுக்கும் பகுப்பாய்வுக்கும் உட்படுத்தித் தீர்ப்பு சொல்ல முற்படக்கூடாது. முதலாவதாக, என்ன செய்கிறார்கள்? அது நமக்குப் பிடிக்கிறதா பிடிக்கவில்லையா? என்ற கேள்விகளைக் கேட்கவேண்டும். அடுத்ததாக, அந்த நிகழ்வு நமக்குள் எந்த உணர்வைத் தூண்டுகிறது? நம்முடைய எந்தத் தேவை இந்த உணர்வுகளோடு தொடர்புள்ளதாக இருக்கிறது? என்ற கேள்விகளைக் கேட்கவேண்டும். பிறகு இவற்றுக்கான விடைகளைத் தொகுத்து இயல்பான தொனியில் தெரிவிக்க வேண்டும்.

உங்கள் மகனோ மகளோ வீடு முழுவதும் அழுக்குத் துணிகளையோ பொருட்களையோ அங்கங்கே போட்டு வைக்கிறார். ஒவ்வொரு நாளும் பல வேலைகளுக்கு நடுவே தேடிச் சேகரித்து துவைப்பதில் எரிச்சல் மண்டுகிறது. பொருட்களை அவற்றுக்கான இடத்தில் வைக்கவேண்டுமென்று எத்தனை முறை சொன்னாலும் காதில் போட்டுக்கொள்வதில்லை. வேலைப் பளு அதிகமான நாளொன்றில் வெடித்துச் சீறுவீர்கள். 'எப்போ பார்த்தாலும் வீடு முழுக்க அழுக்குத் துணியையும் பொருட்களையும் போட்டு வைச்சு உயிரை வாங்கறியே. கொஞ்சமாவது அம்மாவை பற்றி கவலை இருக்கா, அறிவு இருக்கா.' உங்கள் எரிச்சலுக்கு வடிகாலாக சில வசைச் சொற்களையும் புலம்பல்களையும் சேர்த்துக்கொள்வீர்கள். அன்றைய தினம் மோசமானதாக இருந்தால் மனக்குமுறல்கள் எல்லாவற்றையும் ஒற்றைப் புள்ளியில் கொண்டுவந்து இணைப்பீர்கள்.

பொதுவாக நாம் எல்லோருமே இப்படித்தான் பேசுவோம். நீங்கள் இப்படிச் சொன்ன நாளில் இருந்து மகனின் நடவடிக்கையில் ஏதேனும் மாற்றம் தெரிந்ததா? இல்லை புலம்பலோடும் எரிச்சலோடும் அதே வேலையைத் திரும்பத் திரும்பச் செய்துகொண்டுதான் இருக்கிறீர்களா? அந்த நிகழ்வு உங்களின் ஆற்றாமைக்கு வடிகாலாக மட்டுமே இருந்ததா? சரி, இதையே வேறுவிதத்தில் சொல்லிப் பார்த்தால் என்ன?

'கண்ணே, உன்னுடைய அழுக்குத் துணிகளும் பொருட்களும் படுக்கை மேல இருக்கு. சிலது மேசை மேல இருக்கு. அழுக்கு சாக்ஸ் டிவி ஸ்டாண்டுக்கு கீழே கிடக்கு. எல்லோரும் புழங்குற வீட்டுல இப்படி மூலைக்கொன்னா கிடக்கிறத பார்க்கும்போது எனக்கு ரொம்ப எரிச்சலா இருக்கு. அந்தந்தப் பொருளை அததுக்கான இடத்துல வைச்சா எனக்கு எரிச்சல் ஏற்படாம இருக்கும். வேலை குறைஞ்சா கோபமும் குறையும். இனிமேல் அழுக்குத் துணிகளையும் பொருட்களையும் அதற்கான இடத்தில் வைக்கமுடியுமா?'

வழக்கமான புலம்பலுக்கும் தெளிவான தகவல் பரிமாற்ற முறைக்கும் இடையே உள்ள வித்தியாசத்தை கவனியுங்கள். முதலில் நீங்கள் பார்ப்பதை எந்தக் குற்றச்சாட்டும் இல்லாமல் அப்படியே பகிர்ந்துகொள்கிறீர்கள். இரண்டாவதாக அதைப் பார்க்கும்போது உங்களுக்கு ஏற்படும் உணர்வைத் தெளிவாகச் சொல்கிறீர்கள். அடுத்து உங்கள் தேவை என்ன என்பதை எடுத்துக்

கூறுகிறீர்கள். இறுதியாக அவர்கள் எதைச் செய்தால் உங்கள் தேவை நிறைவேறும், அப்போது எப்படி உணர்வீர்கள் என்பதையும் சொல்கிறீர்கள்.

வன்முறையற்ற தகவல் பரிமாற்றம் என்பது இத்தனை துல்லியமான செய்திகளை உள்ளடக்கியதாக இருக்கிறது. எப்படிப் பேசுவது, கேட்பது, கவனிப்பது ஆகியவற்றைப் பற்றித் தெரிந்து கொண்டோம். அடுத்தது, ஒரு நிகழ்வை எதிர்கொள்ளும் நேரத்தில் நமக்குள் தோன்றும் உணர்வு என்ன என்பதைத் தெளிவாகப் புரிந்துகொள்வதும் அவசியம்.

●

4. உணர்வுகளைத் தெரிவிக்க மொழியைப் பயன்படுத்துவது எப்படி?

சென்ற அத்தியாயத்தில் வன்முறையற்ற தகவல் பரிமாற்றத்தை அன்றாட வாழ்வில் எப்படிப் பயன்படுத்துவது என்பது குறித்து எழுதியிருந்தேன். குறிப்பாக நம் குழந்தைகளிடம் எப்படிப் பேசலாம் என்று விளக்கியிருந்தேன்.

அதைப் படித்த பள்ளித் தோழி இப்படிச் சொன்னார். '... ஒருவேளை நாளடைவில் இது நம் குழந்தைகளிடம் எடுபடலாம். ஆனால் இந்தக் காலத்து குழந்தைகளிடம் இனிப்பான பேச்செல்லாம் எடுபடுவதில்லை, பெரும்பாலான நேரங்களில் அவர்களுக்கு என்ன வேண்டுமோ அதைத்தான் செய்கிறார்கள். இப்போதெல்லாம் அவர்களுக்குக் கனவுருப் புனைவாற்றல் சார்ந்த மெய்நிகர் உலகில் வாழத்தான் பிடிக்கிறது. ஒரு வேளை நானும் அவர்களைப் போலவே மாற வேண்டுமோ என்னவோ.'

தோழியிடம் சொன்னதைத்தான் உங்களுடனும்

பகிர்ந்துகொள்ள விரும்புகிறேன். வன்முறையற்ற தகவல் பரிமாற்றம் என்பது குழந்தைகளையும் மற்றவர்களையும் நம் விருப்பத்துக்கேற்ப நடந்துகொள்ளச் செய்யும் செயல்முறையல்ல. எல்லோரையும் ஒரே தளத்தில் அணுகவேண்டும் என்ற விழிப்புணர்வைத் தரும் வாழ்வியல் கோட்பாடு. நம் உணர்வு களையும் தேவைகளையும் மற்றவர்களிடம் குழப்பமில்லாமல் எடுத்துச் சொல்ல உதவுவதோடு அவர்களின் உணர்வுகளையும் தேவைகளையும் தெளிவாகப் புரிந்துகொள்ள ஏதுவாக இருக்கிறது. இதன்மூலம் அடுத்தவரிடம் நமக்கு இருக்கும் உறவைச் செம்மைப்படுத்துகிறது.

ஏற்கெனவே சொன்னது போல வன்முறையற்ற தகவல் பரிமாற்றத்தைப் பின்பற்றும் போது முதலில் என்ன நடக்கிறது என்பதைக் கூர்ந்து கவனித்து அது நமக்குப் பிடிக்கிறதா இல்லையா என்று நம்மை நாமே கேட்டுக்கொள்கிறோம். பிறகு அது நமக்குள் கிளர்த்தும் உணர்வுகளைப் புரிந்துகொள்ளும் முயற்சியில் ஈடுபடுகிறோம். கடைசியில் அடுத்தவரிடம் நம் தேவை என்ன என்பதைத் தெளிவான மொழியில் இயல்பான தொனியில் சொல்கிறோம்.

தகவல் பரிமாற்றம் ஓர் இருவழிப் பாதை என்பதை நினைவில் கொள்ளவேண்டும். நம் தேவைகளை எடுத்துக் கூறுவதோடு அடுத்தவர் என்ன சொல்கிறார் என்பதையும் கூர்ந்து கவனிக்க வேண்டும். அடுத்தவரின் மறுமொழியைத் திறந்த மனதுடன் எந்த முன்முடிவும் சார்புநிலையும் இல்லாமல் கேட்கத் தயாராகும் போது ஒருவரையொருவர் மரியாதையுடன் நடத்தத் தொடங்குகிறோம். இது இரு தரப்பினரும் அடுத்தடுத்து கருத்துக்களை பரிமாறிக்கொள்ளவும் கலந்துரையாடவும் வழிவகுக்கிறது. இறுதியில் தெளிவும் பிறக்கிறது. இதில் எங்கேயும் நாம் சொல்வதைத்தான் அடுத்தவர் கேட்கவேண்டும் என்ற எதிர்பார்ப்பு இருப்பதில்லை.

வன்முறையற்ற தகவல் பரிமாற்றம் உடனடி வலிநிவாரணி போல உடனுக்குடன் தீர்வைத் தரும் வழிமுறை அல்ல. அதன் அடிநிலையையும் உட்கருத்தையும் முழுமையாகப் புரிந்து கொள்வதோடு இடைவிடாத, முனைப்புடன் கூடிய பயிற்சியும் தளராத மனமும் வேண்டும். 'சித்திரமும் கைப் பழக்கம் செந்தமிழும் நாப் பழக்கம்' என்பது போல எந்தத் திறனையும் கைக்கொள்ளத் தொடர்ச்சியான பயிற்சி அவசியம்தானே. என் வாழ்வில்

மென்மையான வாய்மொழி வன்முறைக்கும் இடமில்லை என்று உறுதிபூணவேண்டும்.

நம் பிரச்னைக்கெல்லாம் காரணம் மற்றவர்களும் அவர்களின் செயல்களும்தான் என்பதைச் சொல்லிச் சொல்லிப் பழகிவிட்டோம். குடும்பத்திலும் பணியிடத்திலும் பொதுவெளியிலும் எல்லோரும் இப்படிச் சொல்வதைக் கேட்டுக் கேட்டு உள்வாங்கிக்கொண்டு விட்டோம். ஆனால், இதைக் கொஞ்சம் கொஞ்சமாக மாற்றிக்கொள்ள முடியும்.

ஒரு நிகழ்வைப் பார்க்கும்போது நமக்குள் எழும் உணர்வுகளைப் புரிந்துகொள்வது அவசியம் என்பதை ஏற்கெனவே சொல்லி இருந்தேன். ஆனால் அந்த உணர்வுகளைத் தெளிவாக எடுத்துச் சொல்வதற்கான சொற்களை நான் முழுவதுமாக அறிந்திருக்க வில்லை என்பது தெரியவந்த போது திடுக்கிட்டேன். ஒவ்வொரு உணர்வுக்கும் இடையே இருக்கும் நுட்பமான வேறுபாட்டைப் புரிந்துகொள்வதோடு அதை மொழியின் மூலம் தெளிவாக எடுத்துச் சொல்லவும் விழிப்புணர்வுடன் பயிற்சி செய்தேன். நாளடைவில் அதில் முன்னேற்றம் கண்டிருக்கிறேன் என்றுதான் சொல்ல வேண்டும்.

பொதுவாக நம் உணர்வுகளை மகிழ்ச்சி, கோபம், சோகம், வெறுப்பு என மூன்று அல்லது நான்கு சொற்களுக்குள் அடைத்துவிடுகிறோம். உணர்வுகளை விவரிக்க வேறு என்னென்ன சொற்கள் இருக்கின்றன என்பதைப் பார்க்கலாமா. இப்போது ஒரு பயிற்சியைச் செய்யலாமா? இதற்கு இரண்டு நிமிடங்கள் போதும். பேப்பர் பேனா இருந்தால் நல்லது. இல்லையென்றால் அலைபேசியின் நோட்ஸ் செயலியைக்கூடப் பயன்படுத்தலாம்.

இன்று காலை முதல் இப்போது வரை நீங்கள் என்னென்ன உணர்வுகளை எதிர்கொண்டீர்கள் என்பதையும் அவற்றை விவரிக்கும் எத்தனை சொற்கள் உங்களின் சொல்வளத்தில் இருக்கின்றன என்பதையும் எழுதுங்கள்.

உங்களுடைய தேவைகள் நிறைவேறிய தருணங்களில் ஏற்பட்ட உணர்வுகளைக் குறிக்கும் சொற்களை முதலில் பட்டியல் இடுங்கள். ‘மகிழ்ச்சி, உற்சாகம், சுகம், உவகை, நிறைவு, பெருமை, புளகாங்கிதம், இனிமை, ஆசுவாசம், தன்னம்பிக்கை, நட்புணர்வு, ஆச்சரியம், வசதியாக உணர்வது, சௌகரியம், அற்புதம், அபாரம், அன்பு, ஆரவாரம், களிப்பு, உவப்பு, ஊக்கம், அகமகிழ்வு,

சந்தோசம், ஆர்வம், ஆவல்', என்று வெவ்வேறு சொற்களின் மூலம் அந்த உணர்வுகளை விவரிக்கலாம். முயன்றால் இந்தப் பட்டியலில் இன்னும் நூறு சொற்களைச் சேர்க்கலாம்.

தேவைகள் நிறைவேறாத போது ஏற்படும் உணர்வுகளை விவரிக்க 'கோபம், எரிச்சல், வெறுப்பு, ஆத்திரம், சீற்றம், விரக்தி, துயரம், அழுகை, மனமுடைதல், கலக்கம், சோர்வு, வாட்டம், குழப்பம், சங்கடம், தடுமாற்றம், அச்சம், திகில், ஒட்டாமல் இருப்பது, அயர்ச்சி, தனிமை, அலுப்பு, சலிப்பு, சுவாரசியமின்மை', போன்ற சொற்களைப் பயன்படுத்தலாம்.

நம் உணர்வுகளை விவரிக்க இத்தனை சொற்களா என்று வியப்பாக இருக்கிறதா. இவற்றையெல்லாம் அன்றாட வாழ்வில் யாரும் பெரும்பாலும் பயன்படுத்துவதே இல்லை. அதனால்தான் நம் உணர்வுகளைப் புரிந்துகொள்ளவோ அடுத்தவர்களிடம் அவற்றை எடுத்துச் சொல்லவோ தெரிவதில்லை.

'எனக்கு என்னமோ பண்ணுகிறது!' 'ரொம்ப ஹேப்பியா இருக்கேன்.' 'அவன் மேல வெறுப்பா இருக்கு.' 'அவளைப் பார்த்தால் கோபம் கோபமா வருது.' இப்படி ஒரு கை விரலில் எண்ணி முடித்துவிடக்கூடிய சொற்களை மட்டுமே பயன்படுத்துகிறோம்.

எத்தனை வளமான மொழியைக் கொண்டிருக்கிறோம். மொழியின் வளர்ச்சி மக்களின் வளர்ச்சியைக் குறிக்கிறது. என்றாலும் அதை முழுமையாகப் பயன்படுத்தத் தவறிவிட்டோம். இன்று முதல் உங்களுக்குள் ஏற்படும் வெவ்வேறு உணர்வுகளை விவரிக்க அதற்கான சொற்களைப் பயன்படுத்த முயற்சியுங்கள். இங்கே பட்டியலில் எழுதிய சொற்களோடு வேறு எந்தெந்த சொற்களைப் பயன்படுத்தினீர்கள் என்பதைக் கவனியுங்கள்.

•

5. உறவு பலப்பட உதவும் உணர்வுகள் எவை?

ஒரு நாளில் எத்தனையோ விதமான உணர்வுகள் நமக்குள் எழுகின்றன என்பதை சென்ற அத்தியாயத்தில் செய்த சிறிய பயிற்சியின் மூலம் தெரிந்துகொண்டோம். ஒன்றைக் கவனித்தீர்களா? அடுத்தவரை வர்ணிக்கும் அடைமொழிகளை நூற்றுக்கணக்கில் தெரிந்து வைத்திருப்போம். ஆனால் நம் உணர்வுகளையும் அவற்றின் வெவ்வேறு நிலைகளையும் பட்டியலிடச் சொன்னால் தடுமாறுவோம். எடுத்துக்காட்டாக கோபத்துக்கும் எரிச்சலுக்கும் வெறுப்புக்கும் இடையே உள்ள வேறுபாட்டைத் துல்லியமாக உணரவேண்டும். அதைச் செய்தால்தானே அடுத்தவர்களிடம் எடுத்துச்சொல்ல முடியும்.

உணர்வுகள் இசைத்தொகுப்பின் வெவ்வேறு இசைக்கோர்வைகளைப் போன்றவை. வலிமை யானதாகவும் வாஞ்சைமிக்கதாகவும் மென்மை யானதாகவும் கூருணர்வுமிக்கதாகவும் என எப்படி வேண்டுமானாலும் இருக்கலாம். பக்குவப்பட்ட மனமுடையவர்களால் இந்த நுட்பமான

வேறுபாடுகளைப் புரிந்துகொள்ள முடிகிறது. அதற்குத் தொடர்ச்சியான பயிற்சி அவசியம்.

குழந்தைகளாக இருக்கும்போது ஒரு நாளின் பல மணி நேரத்தைப் பள்ளியில் கழிக்கிறோம். 'நீ இப்போது எப்படி உணர்கிறாய்?' என்ற கேள்வியை எப்போதாவது யாராவது நம்மிடம் கேட்டிருக் கிறார்களா. கல்விநிலையங்களில் எப்படிச் சிந்திக்கவேண்டும் என்றும் எப்படிச் செயல்படவேண்டும் என்றும் கற்றுத் தருகிறார்கள். நம் உணர்வுகள் முக்கியமில்லை என்றும் கட்டளைகளுக்குக் கீழ்ப்படிந்து நடப்பதே முக்கியம் என்றும் சொல்கிறார்கள். உணர்வுகளைப் புரிந்துகொண்டு நடக்கவேண்டும் என்பதை விடவும் சிந்தித்துச் செயல்படுவதே உயர்வானது என்று வலியுறுத்து கிறார்கள். 'மற்றவர்கள் எதைச் சரியென்று ஏற்றுக்கொள்வார்கள்', என்று சிந்தித்து அதன்படி நடப்பதிலேயே பாதி வாழ்க்கையை ஓட்டிவிடுகிறோம்.

இந்தச் சூழல் காட்சியைப் பாருங்கள். வீடுகளிலும் பொது இடங்களிலும் இதை எதிர்கொண்டிருப்போம். ஒருவர் அதிகமான ஒலியில் அவருக்கு விருப்பமான பாடல்களைக் கேட்கிறார் அல்லது சத்தமாக அலைபேசியில் பேசுகிறார் என்று வைத்துக் கொள்ளலாம். இது தொடர்ந்து நடக்கும்போது நம்முடைய கவனத்தைச் சிதறடிக்கலாம் அல்லது தூங்குவதற்கோ அமைதியான பயணத்துக்கோ இடைஞ்சலாகலாம். இந்த நிகழ்வு நமக்குள் என்னவிதமான உணர்வுகளை ஏற்படுத்துகிறது என்பதை என்றாவது யோசித்திருக்கிறோமா? பொது இடத்தில் உரக்கப் பேசுவதும் அதிக ஒலியில் பாட்டு கேட்பதும் சரியல்ல என்பது நமக்குத் தெரியும். அது அந்த நபரின் இயல்பு எனலாம். அல்லது ஆளுமைப் பிறழ்வு என்றுகூட நினைக்கலாம். ஆனால் இவையெல்லாம் நம்முடைய கருத்து அல்லது அந்த நபர் குறித்த முன்முடிவு மட்டுமே. நாம் இன்னும் அவருடன் நாம் என்ன பார்க்கிறோம் என்பதைப் பற்றியோ அது நமக்குள் தோற்றுவித்த உணர்வுகளைப் பற்றியோ பேசவில்லை.

அமைதியான பயணமோ ஓய்வோ - இவற்றில் ஏதோ ஒன்றைச் செய்யமுடியவில்லையே, ஓய்வெடுத்தால்தான் மறுநாள் நன்றாக வேலை செய்யமுடியும் என்பது நம்முடைய அப்போதைய தேவை என்று வைத்துக்கொள்வோம். அந்தத் தேவை நிறைவேறவில்லை என்றால் என்னென்ன உணர்வுகள் தோன்றும்? எரிச்சல், பதற்றம், பாட்டு கேட்கும் அல்லது உரக்கப் பேசும் நபரின் மனம் புண்படாமல்

எப்படிப் பேசுவது என்ற சங்கடம், குழப்பம் - இப்படிக் கலவையான உணர்ச்சிகள் அலைமோதும்.

இப்போது நம்மால் இவ்வளவு தெளிவாகச் சிந்தித்து எழுதவோ பேசவோ முடிகிறது. அந்தத் தருணத்தில் இந்த அளவுக்கு உணர்வுகளை அறிந்துகொள்ளும் முயற்சியில் நம்மில் பெரும்பாலானோர் ஈடுபட்டிருக்கமாட்டோம். ஆனால் இதுபோன்ற ஒவ்வொரு நிகழ்வின் போதும் நமக்குள் தோன்றும் உணர்வுகளை ஊன்றிக் கவனிப்பது அவசியம். அப்போதுதான் அதைத் தெளிவாக எடுத்துச் சொல்லமுடியும்.

சில பத்தாண்டுகளுக்கு முன்னால் இந்தப் பெருநகரின் தெருக்களில் பசுக்களும் எருமை மாடுகளும் சுதந்திரமாகத் திரியும். பெரும்பாலும் அவை தன்பாட்டுக்கு அசை போட்டுக்கொண்டு தெருவில் நடைபோடும். ஆனாலும் சிறுவயதில் அவற்றைப் பார்த்தால் இனம்புரியாத பயம் தோன்றும். தெருநாய்களைப் பார்த்தாலும் அதே போலத்தான். அப்போதெல்லாம் குடும்பத்தினரோடு அக்கம் பக்கத்து வீட்டினரும் குழந்தைகளைக் கடைக்கோ வேறு எடுபிடி வேலைக்கோ ஏவுவது வழக்கம். குழந்தைகளும் உற்சாகமாக அந்த வேலைகளைச் செய்வோம். ஆனால் சில குழந்தைகள் தயங்கி நின்றால் 'ஏன் பயப்படுகிறாய்? என்ன உணர்வு தோன்றுகிறது?' என்றெல்லாம் யாரும் கேட்டதாக நினைவில்லை. திட்டி, விரட்டி என்று எப்படியாவது வேலைவாங்குவார்கள். அவர்களைப் பொறுத்தவரையிலும் வேலை முடியவேண்டும், அதுதான் அந்த நேரத்தில் முக்கியம் என்றுதான் விளக்கம் சொல்வார்கள்.

இன்னும் சில குழந்தைகள் பள்ளிச் சூழலில் வயதில் மூத்த குழந்தைகளையோ உயர்வகுப்பில் படிப்பவர்களையோ பார்த்துப் பயப்படலாம். அல்லது உறவினர்களில் சிலரைப் பார்த்தால் பயப்படலாம். இவை எல்லாவற்றுக்கும் ஒரேயொரு தீர்வைத்தான் சொல்வோம் – 'பயப்படக்கூடாது', 'இத்தனை வயதாகிவிட்டது, இன்னுமா பயப்படுகிறாய்', 'அவர் எவ்வளவு நல்ல மனிதர், அவரைப் பார்த்து பயப்படுகிறாயே'. ஆண்கள் என்றால் இன்னும் சில வாக்கியங்களைச் சேர்த்துக்கொள்வோம். 'தைரியம் புருஷ லட்சணம', 'பயமின்மை அல்லது அச்சமின்மை என்பது ஆண்களின் முதன்மையான இயல்பு', என்று விளக்குவோம்.

பயம் அல்லது அச்சம் என்ற உணர்வு நம்முடைய மென்மையான எளிதில் வடுப்படும் பக்கத்தை எடுத்துக்காட்டுகிறது. அதை வெளிப்படையாகத் தெரிவிப்பது மன உறுதியையும் தைரியத்தையும்

சுட்டுகிறது என்கிறார்கள் உளவியல் வல்லுநர்கள். ஆனால் பயத்தை நம்மிடம் பகிர்ந்துகொள்ளும் குழந்தைகளை எப்படி நடத்துகிறோம். கொஞ்சமும் புரிதலின்றி அந்த உணர்வையே மழுங்கடிக்கும் முயற்சியில் ஈடுபடுகிறோம். அல்லது அது சரியான உணர்வல்ல என்று பாடம் எடுக்கிறோம்.

சொல்லப்போனால் 'உணர்வு', 'உணர்ச்சி' போன்ற சொற்களை அன்றாட வாழ்வில் பயன்படுத்துகிறோமா? அல்லது உணர்ச்சியை வெளிப்படுத்துபவர்களை இயல்பானவர்கள் என்று ஏற்றுக்கொள்கிறோமா? இரண்டு கேள்விகளுக்குமே 'இல்லை; என்பதுதான் பெரும்பாலானோரின் விடையாக இருக்கும். என்றாலும் உங்கள் அனுபவம் குறித்த முன்முடிவுக்கு வருவது சரியல்ல. உங்களில் யாராவது இந்தக் கேள்விகளுக்கு 'ஆம்' என்ற விடையைச் சொல்லி இருந்தால் அது பாராட்டுக்குரிய விஷயம் என்பதில் சந்தேகமில்லை.

•

6. எதிர்பார்ப்பைத் தெளிவாகச் சொல்வது எப்படி?

சென்ற அத்தியாயத்தில் ஒரு சமூகமாக உணர்வுகளுக்கு நாம் கொடுக்கும் முக்கியத்துவம் என்ன என்ற கேள்வியோடு முடித்திருந்தேன். இதைக் கேளுங்கள். ஒரு சமயம் அலுவலகத்தில் உடன்பணியாற்றும் நண்பர் நிறுவனத்தின் இணைய தகவல் பரிமாற்ற தளத்தில் சில விஷயங்களைப் பகிர்ந்திருந்தார். அதன் சாராம்சம் இதுதான்: 'பணியிடத்தில் மனநலத்துக்கு முக்கியத்துவம் கொடுப்பதையும் மனநலப் பிரச்னைகளையும் மன அழுத்தத்தையும் எதிர்கொள்ளும் சக பணியாளர்களைப் புரிந்துணர்வோடு அணுகுவதையும் பற்றிய நம் நிறுவனத்தின் மின்வழிக் கற்றல் பாடத்தைப் படித்துக்கொண்டிருந்தேன். அதிலிருந்து சிறப்பான பல விஷயங்களைக் கற்றுக்கொண்டேன். முக்கியமாக, சென்ற வருடத்தின் பிற்பகுதியில் நான் மிகுந்த மன அழுத்தத்துக்கு ஆளாகியிருந்தது புரிந்தது. அதிலும் மன அழுத்த நிலைகளில் இறுதி நிலையை அடைந்திருந்தேன் என்பதைத் தெரிந்துகொண்டேன். மனநலப் பிரச்னைகளால் பாதிக்கப்பட்டவராகவும் குடும்பத்தினரின் மனநலப்

பிரச்னைகளை சமாளிப்பவராகவும் மனநல பிரச்னைகளைப் புரிந்துணர்வோடு அணுகுபவராகவும் இருப்பதால் நீங்கள் மனம்விட்டுப் பேசவிரும்பினால் காதுகொடுத்துக் கேட்கத் தயாராக இருக்கிறேன்.'

தன்னுடைய எளிதில் வடுப்படும் பக்கத்தை எந்தவிதமான தயக்கமும் அவமான உணர்வும் இல்லாமல் பகிர்ந்துகொண்ட அவரைப் பற்றிப் பெருமையாக நினைத்தேன். அந்தத் துணிவை அவர் கைக்கொள்ள உதவியாக இருந்த அக, புறச் சூழல்களை மெச்சினேன். எங்கள் இருவரின் மேலாளரும் இதே போன்ற கருத்துகளைத் தெரிவித்துப் பாராட்டியிருந்தார். இப்படி ஓர் இடத்தை ஒரு நிறுவனமும் அதன் பணியாளர்களும் எட்டுவதற்கு எத்தனை பேரின் விழிப்புணர்வும் பரிவோடு கூடிய புரிந்துணர்வும் எத்தனை கால உழைப்பும் அறிவுறுத்தலும் தேவையாக இருந்திருக்கும் என்று எண்ணிப் பார்த்தேன்.

இன்றைக்கு பன்னாட்டு நிறுவனங்களில் பல்வேறு இன, மொழி, கலாசார, மத, பாலினத்தைச் சேர்ந்தவர்கள் ஒரே குழுவில் இணைந்து பணிபுரிகிறார்கள்; நிறுவனங்களின் அலுவலகங்கள் பல நாடுகளில் இயங்குகின்றன; வாடிக்கையாளர்களும் பல்வேறு பின்னணியைக் கொண்டவர்களாக இருக்கிறார்கள். இப்படி ஓர் இயங்கு சூழலில் மனிதர்களின் பன்முகத்தன்மையை அங்கீகரிப்பதோடு ஒவ்வொருவரையும் அவரவரின் தனித்தன்மையோடு முழுமையாக ஏற்றுக்கொள்ளும் நிலையை எட்ட எல்லா நிறுவனங்களும் முயற்சி செய்கின்றன. பன்முகத்தன்மையை உள்ளடக்கிய நிறுவனமாக நிலைநாட்டிக்கொள்ள முனைகின்றன.

ஊழியர்கள் அனைவரும் உடன் பணிபுரிவோரின் பன்முகத் தன்மையை முழுமனதோடு ஏற்கவேண்டும் என்ற கோரிக்கையை முன்வைக்கின்றன. கடந்தகால அனுபவங்களாலும் வாழும் சூழலாலும் இறுகிப் போயிருக்கும் நம் முன்முடிவுகளையும் ஒரு சார்புத் தன்மையையும் களைந்து புதிய பார்வையையும் புரிதலையும் பெற உதவியாகப் பாடத்திட்டங்களையும் செயல்பாடுகளையும் வடிவமைக்கின்றன. ஒருவரின் வேற்றுமைத் தன்மையை சுட்டிக்காட்டிச் சொல்லாலோ செயலாலோ புண்படுத்துவது மனிதத்தன்மையற்றது, சட்டத்துக்குப் புறம்பானது என்று அறிவுறுத்துகின்றன.

இவற்றையெல்லாம் ஏன் சொல்லுகிறேன் என்ற கேள்வி எழலாம். பொதுவாக நம்முடைய சமூகத்தில் ஒருவர் தன்னுடைய

உணர்வுகளை வெளிக்காட்டுவதை ஏளனத்துக்கும் அவமானத்துக்கும் உரிய விஷயமாகவே காலங்காலமாகப் பார்த்திருக்கிறோம். காவல்துறை, இராணுவத்தில் பணியாற்று பவர்கள், வழக்கறிஞர்கள், பொறியியல் வல்லுநர்கள், நிறுவன மேலாளர்கள் போன்றவர்கள் உணர்ச்சிகளைக் காட்டுவது தவறு என்றுதான் துறைசார் விதிமுறைகள் போதிக்கின்றன.

முந்தைய தலைமுறையைச் சேர்ந்த ஆண்கள் மனைவி மக்களிடம்கூட உணர்வுகளை வெளிப்படுத்தாமல் எட்ட நின்று பேசுவது இயல்பாக இருந்தது. இதனால் உறவினர்களிடமும் மற்றவர்களிடமும் உணர்வுபூர்வமான தொடர்பை இவர்களால் ஏற்படுத்திக்கொள்ள முடியவில்லை. எத்தனை குழந்தைகள் தந்தையின் அன்புக்கு ஏங்கியிருக்கிறார்கள் என்பதைக் கதை கதையாகக் கேட்டும் படித்தும் ஏன் பார்த்தும் அனுபவித்தும்கூட இருப்போம்.

தொழில்நுட்பத்தில் முன்னேற்றம் அடைந்திருக்கிறோம். முற்போக்கான எண்ணங்கள் கொண்டிருக்கிறோம். தாராண்மை வாதத் தத்துவத்தைக் கடைபிடிக்கிறோம், என்றாலும் உணர்வு பூர்வமான உறவை ஏற்படுத்திக் கொள்வதில் இன்றும்கூடத் தடுமாற்றம் இருக்கிறது. அதுதவிர ஆண்கள் தங்களின் எளிதில் வடுப்படும் பக்கங்களைக் காட்டக்கூடாது என்ற எழுதப்படாத சமூக விதிமுறை இன்னொரு பக்கம் நெருக்குகிறது. இவையெல்லாம் உறவுகளில் சிக்கலையும் அழுத்தத்தையும் ஏற்படுத்துகிறது என்கிறார்கள் உளவியல் வல்லுநர்கள். இப்படிப்பட்ட சூழலில் பணியாளர்களின் கூருணர்வையும் புரிந்துணர்வையும் செம்மைப் படுத்துவதற்காகப் பெரிய நிறுவனங்கள் எடுக்கும் முயற்சிகள் நாளடைவில் சமுதாயம் முழுவதிலும் நேர்மறையான மாற்றங்களை ஏற்படுத்தும் என்றே தோன்றுகிறது.

உணர்ச்சிகளை வெளிக்காட்டாத ஆண்களையும் அவர்களின் செயலையும் விவரிக்கப் பொதுவாக எல்லோரும் பயன்படுத்தும் சில வாக்கியங்களைப் பார்க்கலாம். 'நல்ல மனுஷன்தான். ஆனா எதைச் சொன்னாலும் குத்துக்கல்லாட்டம் உட்கார்ந்திருப்பாரு.' 'இவர்கிட்ட பேசுறதும் அந்தச் சுவரோடு பேசுறதும் ஒன்னுதான்.' 'நாம எத்தனை மனக்கஷ்டத்தை கொட்டறோம். இவர் எப்படி உணர்ச்சியே இல்லாம உட்கார்ந்திருக்காரு பாரு.'

எதையோ எதிர்பார்த்து அது கிடைக்காத விரக்தியில் பேசுகிறோம். முதலில் இவர்களிடம் இருந்து நாம் எதிர்பார்ப்பது என்ன என்பதைத்

தெளிவாகப் புரிந்துகொள்வது அவசியம். உணர்வுபூர்வமான உறவு, புரிதலோடு கூடிய தோழமை, தனிமையைப் போக்கும் துணை, கதகதப்பான அணைப்பு, கொஞ்சலான பேச்சு என இந்தப் பட்டியல் நீளலாம்.

அடுத்தது இந்த எதிர்பார்ப்புகளை அவர்களிடம் வெளிப்படையாகத் தெரிவிக்கவேண்டும். கூருணர்வு இல்லாமல் சுவர், குத்துக்கல், உணர்ச்சியற்ற ஜடம் போன்ற அடையாளங்களையும் முத்திரைகளையும் சுமத்தும் சொற்களைப் பயன்படுத்தக்கூடாது. இந்தச் சொற்கள் குற்றச்சாட்டாகவும் எதிர்மறை விமர்சனமாகவும் தோன்றுவதால் அவர்கள் தங்களை மாற்றிக்கொள்ள முனைவதில்லை என்ற உண்மையைப் புரிந்துகொள்வது அவசியம். மேலும் ஒரு முக்கியமான விஷயத்தை உளவியல் வல்லுநர்கள் சொல்கிறார்கள். திரும்பத் திரும்ப ஒருவரை விவரிக்க ஒரு சொல்லைப் பயன்படுத்தினால் அது உண்மையாகிவிடும் சாத்தியம் இருக்கிறது.

அலுவலகத்திலேயே பழிகிடக்கும் ஆண்களைப் பார்த்திருப்போம். வீட்டில் மனைவியும் குழந்தைகளும் காத்திருந்து அலுத்து சலித்துப் போவார்கள். அப்படி ஒரு குடும்பத்தில் நடந்ததைக் கேளுங்கள். அலுவலகத்தில் நீண்ட நேரத்தைச் செலவழிக்காதீர்கள் என்று கணவருக்குத் தினமும் அறிவுறுத்துவார் மனைவி. சில மாதங்களுக்குப் பிறகு அலுவலகத்தில் இருந்து சீக்கிரம் கிளம்ப ஆரம்பித்த கணவர் வீட்டுக்கு வராமல் நண்பர்களோடும் விளையாட்டுக் குழுவோடும் நேரத்தைக் கழிக்க ஆரம்பித்தார்.

எதைச் செய்வதை நிறுத்தவேண்டும் என்று அறிவுறுத்திய மனைவி அதற்குப் பதிலாக எதைச் செய்யவேண்டும் என்பதைச் சொல்லவில்லை. இதேபோன்ற அனுபவம் நமக்கும் ஏற்பட்டிருக்கலாம். அதனால் யாரிடமும் நம்முடைய உணர்வுகளோடு சேர்த்து விருப்பத்தையும் எதிர்பார்ப்பையும் தெளிவாகச் சொல்வது அவசியம்.

•

7. பணியிடத்தில் உணர்வுகளைத் தெரிவிப்பது எப்படி?

உணர்வுகளை எடுத்துச் சொல்லப் பழகவேண்டும். கூடவே, அதற்காகப் பயன்படுத்தும் சொற்கள் பற்றிய அறிவையும் விரிவுபடுத்திக்கொள்ள வேண்டும். குடும்பத்தினரோடு உறவைப் பேணுவதோடு பணியிடத்திலும் இணக்கமான சூழலை உருவாக்க இது அவசியம். எந்த அலுவலகத்திலும் இரண்டு துறையைச் சேர்ந்தவர் களுக்கு இடையே இழுபறியான உறவு இருக்கும். வேலையைச் செய்யும் முறையில் முரண்படலாம். ஒரு துறையினர் பரிந்துரைக்கும் செயல்திட்டம் பயன்தராது என்று மற்றொரு குழு ஒத்துழைக்காமல் இருக்கலாம். இதைச் சமாளிக்க பெரும்பாலான நிறுவனங்களில் முரண்பாடுகளைக் கையாளும் நுட்பங்களைக் கற்றுத்தருவது வழக்கம்.

முரண்பாடுகளைக் களையும் பேச்சு வார்த்தையில் ஈடுபடும்போது கடைப்பிடிக்கவேண்டிய விதிகளை ஹார்வர்டு சட்டக் கல்லூரியின் பயிற்சித்திட்டம்

பட்டியலிடுகிறது. எதையும் தனிப்பட்ட பிரச்னையாகப் பார்க்கக் கூடாது, எல்லோரது கருத்தையும் கவனமாகக் கேட்கவேண்டும், குழுவினர் அல்லது பணியாளர்களிடையே இருக்கும் வேறுபாடு களைக் குழுவுக்கு ஆதாயமான விஷயமாக மாற்ற முனைய வேண்டும் என்பதோடு பிரச்னையை எதிர்கொள்ளும்போது நமக்குள் தோன்றும் உணர்வுகளை வெளிப்படையாகச் சொல்வதும் அவசியம் எனப் பரிந்துரைக்கிறது.

ஆழ்மனதில் தோன்றும் உணர்வுகளை வெளிப்படுத்துவது அகத் தூய்மையைப் பேணுவதோடு எதிர்க்கருத்துகள் கொண்டிருப்பவர் நம்மை எதிரியாகப் பார்க்காமல் உணர்வுகளுள்ள முழுமையான மனிதராக பார்க்கச் செய்கிறது. அவர்களும் தங்களின் உணர்வுகளை நம்மிடம் பகிர்ந்துகொள்ள வழிவகுக்கிறது. உளமாரப் பேசும்போது பிழையான புரிதலும் அதனால் ஏற்பட்ட மனத்தாங்கலும் மனவேற்றுமையும் களையப்படுகிறது. இதைப் புரிந்துகொள்ள இந்த நிகழ்வைப் படியுங்கள்.

‘அலுவலகக் குழுவில் வேலையொன்றைக் குறிப்பிட்ட காலக்கெடுவுக்குள் முடிக்கவேண்டி இருந்தது. வேலையைச் செய்யும் பொறுப்பை ஏற்றுக்கொண்ட மாலா, சுதீப் இரண்டு பேரும் அனுபவசாலிகள். வேலையைச் செய்துமுடிக்கத் தேவையான தகவல்கள் இருவரிடமும் தெரிவிக்கப்பட்டன. ஓரிரு நாளில் ‘செய்துமுடித்துவிட்டோம’, என்று இருவரும் தெரிவித்ததால் வேலையைக் கொடுத்த ராஜா அதைச் சரிபார்க்கவில்லை.

காலக்கெடு முடிந்து ஒரு வாரம் கழித்து வேலையில் ஒரு பகுதி இன்னும் மிச்சமிருப்பது தெரியவந்தது. அது குறித்துப் பேசுவதற்கு ஒன்றுகூடினார்கள். கூட்டம் தொடங்கியதும் சுதீப் கொஞ்சம் காட்டமான தொனியில் பேசினார். வேலையைச் செய்துமுடிக்கத் தேவையான முழுமையான தகவலும் ஆவணங்களும் முதலிலேயே வந்துசேரவில்லை என்றும் இனி எல்லாம் ஒரே நேரத்தில் வந்தால் மட்டுமே வேலையைச் செய்யமுடியும் என்றும் படபடவென பேசினார். அவருடன் பணியாற்றிய மாலாவால் கூட்டத்துக்கு வரமுடியவில்லை.

வேலையைச் செய்துமுடிக்காமலே எல்லாம் முடிந்தது என்று தெரிவித்ததோடு வேண்டிய தகவல் சரியான நேரத்துக்கு வரவில்லை என்று சுதீப் சொன்னது குழப்பத்தை ஏற்படுத்தியது. முதலில், சரியான நேரத்தில் எல்லாத் தகவலும் பகிர்ந்துகொள்ளப் பட்டதற்கான சான்றுகளை ராஜா காட்டியதும் சுதீப்

அமைதியாகிவிட்டார். என்றாலும் அந்த வேலையைச் செய்யும் சமயத்தில் அவருக்கு உடல்நிலை சரியில்லாமல் இருந்ததும் பல வேலைகள் ஒன்று சேர்ந்ததினால் தவறுதலாக விட்டுப் போயிருக்கலாம் என்பதும் ராஜாவுக்குப் புரிந்தது. அதைக் கூட்டத்திலேயே வெளிப்படையாகச் சொன்னார். இனிமேல் வேலையைச் செய்யும்படி சொன்னவரையே வேலையைச் சரிபார்க்குமாறு கேட்டுக்கொள்ளலாம், இதனால் இப்படிப்பட்ட விடுபடல்களைத் தவிர்க்கலாம் என்றும் ஆலோசனை கூறினார்.

சிறிது நேரத்தில் சுதீப் ராஜாவைத் தனியாகத் தொடர்புகொண்டு காட்டமாகப் பேசியதற்கான காரணத்தைச் சொன்னதோடு குழுவில் இருந்த இன்னொருவரின் செயல்பாடுகளும் அணுகுமுறையும் தன்னுடைய மனநிலையைப் பாதித்தது பற்றியும் கூறினார். இருவரும் உளமாரப் பேசிக்கொண்டதில் மனம் இலேசானது. பிரச்னையை இழுத்துக்கொண்டே போகாமல் அத்துடன் முடித்துக்கொள்ள உதவியது. அடுத்து நடைபெற்ற குழுவின் பொதுக்கூட்டத்தில் இன்னொருவரோடு தனக்கு இருந்த முரண்பாடுகள் குறித்து மேலாளருடன் பகிர்ந்துகொண்டார் சுதீப். குழுவினர் எல்லோரும் இதுபோன்ற முரண்பாடுகளை எதிர் கொள்ளும் போது என்ன செய்யலாம் என்பது குறித்து ஆலோசனை செய்து 'ஒன்றாகப் பணியாற்ற பின்பற்றவேண்டிய செயல் முறைகளைப்' புதுப்பித்துக்கொண்டனர்.' முரண்பாடுகள் ஏற்படும் போது உணர்வுகளை வெளிப்படையாகத் தெரிவிப்பது புரிதலை அதிகரிப்பது கண்கூடாகத் தெரிகிறது அல்லவா?

பல்வேறு இன, மொழி, மத, பாலினங்களைச் சேர்ந்தவர்கள் பணியாற்றும் போது இப்படிப் பல மனத்தடைகள் ஏற்படுவது இயற்கை. குறிப்பிட்ட இனம் அல்லது நாட்டைச் சேர்ந்தவர்களின் இயல்பு இதுவாகத்தான் இருக்கும் என்ற முன்முடிவுக்கு வருவது முரண்பாடுகளைக் களைய உதவாது. புரிந்துணர்வுக்கான பேச்சுவார்த்தையில் ஈடுபடுவதற்கு முன்னர் குழுவினரின் பின்னணி, அனுபவம், திறன் போன்ற விஷயங்களைத் தெரிந்துகொள்வது அவசியம். அவற்றை முன்வைத்து மரியாதையோடும் புரிந்துணர்வோடும் நடைபெறும் பேச்சுவார்த்தை முரண்பாடு களைக் களைந்து இணக்கமான சூழலை ஏற்படுத்தும் என்பதில் சந்தேகமில்லை.

உணர்வுகளுக்கும் எண்ணங்களுக்கும் இடையே உள்ள வித்தியாசத்தை இனம்காண்பதில் தடுமாற்றம் ஏற்படுவது வழக்கம்தான். புதிய இடத்துக்குப் போகும் போதும் முற்றிலும்

அறிமுகமில்லாத மனிதர்களைச் சந்திக்கும் போதும் அவர்களோடு இணைந்து பணியாற்றும் கட்டாயம் ஏற்படும்போதும் அசௌகரியமாக உணர்வது இயற்கை. புதிய சூழலுக்குப் பழகும் வரையில் யாருடனும் பேசாமல் கொஞ்சம் இறுக்கமாக இருப்போம். அதைப் பார்ப்பவர்கள் 'இவருக்கு நம்முடன் பேசிப் பழகப் பிடிக்கவில்லை' என்றோ 'தன்னைப் பற்றி உயர்வாகவும் நம்மைப் பற்றி மட்டமாகவும் நினைக்கிறார்' என்றோ நினைத்தால் அது இன்னும் பல குழப்பங்களைத்தானே விளைவிக்கும். நாம் அசௌகரியமாகவும் படபடப்பாகவும் உணர்வதைக் குறைவான சொற்களில் வெளிப்படையாகத் தெரிவிப்பது சூழலின் இறுக்கத்தைத் தளர்த்திவிடுமல்லவா.

கீழே உள்ள சொற்றொடர்களைப் படியுங்கள்:

- 'அலுவலகத்தில் மேலாளர் என்னை மதிப்பதே இல்லை.'
- 'யாரும் என்னைப் புரிந்துகொள்ளவே இல்லை.'
- 'என்னை யாரும் பொருட்டாக நினைக்கவில்லை.'

இவை எதுவும் நம்முடைய உணர்வுகளைக் குறிக்கவில்லை. அடுத்தவர்கள் என்ன செய்கிறார்கள் என்பது பற்றிய நம்முடைய அனுமானம் மட்டுமே. பெரும்பாலான நேரத்தில் இவற்றை நம்முடைய உணர்வுகள் என்று தவறாக நினைத்துக்கொள்கிறோம். சொல்லப்போனால் அடுத்தவர்கள் எப்படி நடந்துகொள்கிறார்கள் என்று நாம் நினைப்பதைத்தான் இந்தச் சொற்றொடர்கள் எடுத்துக் காட்டுகின்றன.

வருத்தமாக இருக்கிறது, ஊக்கமிழந்துவிட்டேன், எரிச்சலாக இருக்கிறது, கவலையாக இருக்கிறது, மனம் புண்பட்டது போன்ற உணர்வுகளை விவரிப்பதற்கு பதிலாக வேறு எதை எதையோ சொல்கிறோம், யார் யாரையோ காரணம் காட்டுகிறோம். எனவேதான் உணர்வுகளை எடுத்துச் சொல்ல அவற்றை விவரிக்கும் சரியான சொற்களைத் தெரிந்துவைத்திருப்பது அவசியமாகிறது.

•

8. நம் துன்பத்துக்கு யார் காரணம்?

'யாரும் நிகழ்வுகளால் துன்பப்படுவதில்லை. அவை குறித்த அவர்களின் பார்வையால் துன்பம் அடைகிறார்கள்,' என்கிறார் கிரேக்க அறிஞர் எபிக்டெடஸ்.

வன்முறையற்ற தகவல் பரிமாற்றத்தைச் செய்வதற்கு நமக்குள் தோன்றும் உணர்வுகளின் காரணத்தை அறிந்துகொள்வது அவசியம். மற்றவர்களின் பேச்சும் செயலும் உணர்வுகளைத் தூண்டலாம், ஆனால் அவற்றுக்குக் காரணமாகாது. நமக்குள் தோன்றும் உணர்வுகளுக்கு நாமே பொறுப்பு என்ற உண்மையைப் புரிந்துகொள்ளவேண்டும்.

ஒருவர் நம்மைப் பற்றிய எதிர்மறையான கருத்தைத் தெரிவிக்கிறார் என்று வைத்துக்கொள்வோம். அதை எப்படி எடுத்துக்கொள்கிறோம் என்பது நம் கையில்தான் இருக்கிறது. அந்தக் கணத்தில் நம் தேவைகளும் எதிர்ப்பார்ப்புகளும் என்ன என்பதும் இதனோடு சேர்ந்துகொள்கிறது. இதையெல்லாம்

நினைவில் வைத்துக்கொண்டு அந்த எதிர்மறைக் கருத்தை எந்தெந்த வழிகளில் எதிர்கொள்ளலாம் என்பதைப் பார்க்கலாமா.

எடுத்துக்காட்டாக, 'நீ ஒரு சுயநலவாதி,' என்றோ 'நீ ஒரு சண்டைக்காரி,' என்றோ ஒருவர் நம்மைப் பார்த்துச் சொல்கிறார் என்று வைத்துக்கொள்வோம்.

முதலாவதாக அதை நம்மீது கூறப்படும் குற்றச்சாட்டாகவும் விமர்சனமாகவும் எடுத்துக்கொள்ளலாம். நம் நடத்தை குறித்த அவருடைய தீர்ப்பு என்று எண்ணினோம் என்றால் 'நான் இன்னும் கொஞ்சம் கூருணர்வோடும் புரிதலோடும் இருந்திருக்கவேண்டும்,' என நினைக்கலாம். ஆனால் இந்த எண்ணம் குற்றவுணர்வையும் அவமானத்தையும் மன அழுத்தத்தையும் ஏற்படுத்துவதோடு தன்மதிப்பையும் குறைக்கிறது.

இரண்டாவதாக சொன்னவரைக் குறை சொல்லலாம். 'நீ எப்படி அப்படிச் சொல்லலாம்? நான் உன்னுடைய தேவைகளையும் நலனையும் மனதில்கொண்டு நடக்கிறேன். சொல்லப்போனால் நீதான் சுயநலம்பிடித்தவன்.' இப்படியாகச் சொன்னவரின் மேல் கோபமும் எரிச்சலும் கொள்ளலாம்.

அடுத்ததாக, 'நீ என்னைச் சுயநலவாதி என்று சொல்லும்போது மனம் நோகிறது. உன்னுடைய தேவைகளையும் விருப்பங்களையும் கணக்கில் எடுத்துக்கொண்டு நடந்திருக்கிறேன் என்பதை நீ ஏற்றுக்கொள்ளவேண்டும் என்று எதிர்பார்க்கிறேன்,' என்று எடுத்துச் சொல்லலாம். இந்த அணுகுமுறையில் நம்முடைய எதிர்வினையானது நம் உணர்வுகள், தேவைகள் இரண்டின் மீதும் கவனத்தைத் திருப்புகிறது. நம்முடைய தேவைகள் நிறைவேறாத காரணத்தால் இந்த உணர்வுகள் ஏற்படுகின்றன என்பதைப் புரிந்துகொள்கிறோம்.

இறுதியாக, நம்மைக் குறித்த கருத்தைத் தெரிவித்தவரின் உணர்வுகளையும் தேவைகளையும் புரிந்துகொள்ள முயற்சி செய்யலாம். பேசியவரின்மீது நம் கவனத்தைக் குவித்து எதிர்வினையாற்றலாம். 'உன்னுடைய தேவைகளின்மீதும் விருப்பங்களின்மீதும் கூடுதல் கவனம் செலுத்தவேண்டும் என்று நினைக்கிறாயா? இப்போது அப்படிச் செய்யவில்லை என்பது உனக்கு வலியை ஏற்படுத்துகிறதா?' என்று கேட்கலாம்.

கடைசி இரண்டு வழிமுறைகளில் யாரையும் குற்றம்சாட்டவில்லை என்பதைக் கவனியுங்கள். மாறாக நம்முடைய உணர்வுகளுக்குப்

பொறுப்பேற்றுக் கொள்கிறோம். நம் தேவை, எண்ணம், விருப்பம், எதிர்பார்ப்பு, விழுமியம் ஆகியவற்றை அங்கீகரிக்கிறோம்.

ஒருவரின் பேச்சு அல்லது செயலால் நமக்கு ஏற்படும் ஏமாற்றத்தை யார்மீதும் குற்றம்சாட்டாமல் பழி சுமத்தாமல் எப்படித் தெரிவிக்கலாம் என்பதைப் பார்ப்போமா?

1. 'நீ நேற்று வராததால் என்னை ஏமாற்றமடைய வைத்தாய்.'

2. 'நீ நேற்று வராததால் ஏமாற்றமடைந்தேன். உன்னோடு சில முக்கியமான விஷயங்களைப் பகிர்ந்துகொள்ள நினைத்திருந்தேன். அதைச் செய்யமுடியாதது வருத்தத்தை ஏற்படுத்தியது.'

மேலே உள்ள இரண்டு சொற்றொடர்களுக்கும் இடையே உள்ள வித்தியாசத்தைக் கவனியுங்கள். முதலாவதில் ஏமாற்றத்துக்குக் காரணம் அந்த இன்னொருவர் மட்டுமே என்று சொல்லப்படுகிறது. இரண்டாவதில், நம்முடைய விருப்பமும் தேவையும் நிறைவேறாமல் போனதுதான் ஏமாற்றத்துக்குக் காரணம் என்பது தெளிவாகக் கூறப்படுகிறது. இப்படி நம்முடைய நிறைவேறாத தேவைகளை அடிகோடிட்டுக் காட்டினால் அதை எப்படி நிறைவேற்றலாம் என்பது அடுத்தவர்களுக்கும் தெளிவாகப் புரியும்.

நாம் ஒருவரைக் குற்றம்சாட்டினால் தற்காத்துக் கொள்வதற்காகப் பதிலுக்கு அவர் நம் மீது குற்றம்சாட்டுவது இயல்புதானே. அதைக் கேட்கும் நாம் கோபமடையலாம். இருவரில் ஒருவர் அங்கிருந்து கிளம்பிச் செல்லலாம். உறவு விரிசலடையலாம். ஆனால் ஒன்று, இப்படிக் குற்றம்சாட்டாமல் பேசுவது எளிதல்ல. இது உடனடி தீர்வு தரும் வழிமுறை என்றும் எண்ணிவிடக்கூடாது. தொடர்ந்து நமக்குள் தோன்றும் உணர்வுகளைப் புரிந்துகொண்டு அவற்றை ஆரோக்கியமான முறையில் எடுத்துச் சொல்லப் பழகுவது அவசியம். கோபம் வரலாம், நாம் நினைத்தது ஒன்று பேசுவது வேறொன்று என்ற நிலை ஏற்படலாம். பலன் தரவில்லை என்று மனம் துவண்டு முயற்சி செய்வதை மாத்திரம் கைவிடக்கூடாது என்பதை அனுபவத்தில் புரிந்துகொண்டிருக்கிறேன்.

எந்த முன்னேற்றமும் ஏணி ஏறுவது போல நேர்கோட்டில் நிகழ்வதில்லை. 'சாண் ஏறினால் முழம் சறுக்கும்' என்பார்களே, உண்மையில் உளவியல் சார்ந்த எந்த மாற்றமும் அப்படித்தான் நடக்கிறது என்கிறார்கள் வல்லுநர்கள். அலையைப் போல எழுவதும் விழுவதும் எனக் கொஞ்சம் கொஞ்சமாகத்தான் முன்னே செல்லமுடியும். தொடக்கத்தில் அணுகுமுறையில் சின்னச் சின்ன

மாற்றங்களைச் செய்வது நாளடைவில் பலனளிக்கும் என்பதில் சந்தேகமில்லை.

எல்லாம் சரி, என்ன காரணத்துக்காக அடுத்தவரின்மீது குற்றம்சாட்டுகிறோம்; தப்பு செய்துவிட்டோமே என்று குறுகுறுக்கச் செய்கிறோம். எல்லோரும் நம் தேவைகளை நிறைவேற்றும் வகையில் நடக்கவேண்டும் என்ற எண்ணம் மேலோங்கி நிற்பதால் அப்படிச் செய்கிறோம். ஒருவரின் குற்றவுணர்ச்சியைத் தூண்டுவது மூலம் சிறப்பாகச் செயல்பட வைக்கமுடியும் என்று நம்புகிறோம்.

'நீ நல்லா படிச்சு நல்ல மார்க் வாங்கலேன்னா / பெரிய காலேஜுக்கு போகலேன்னா / அந்தக் கம்பெனில வேலைக்கு சேரலைன்னா / அந்த வரனை கல்யாணம் செய்துக்கலைன்னா அம்மா அப்பாவுக்கு வருத்தமா இருக்கும்.' எத்தனை இலகுவாக பலவிதமான குற்றச்சாட்டுகளைக் குழந்தைகளின்மீது சுமத்துகிறோம்.

பெற்றோரின் மகிழ்ச்சிக்கோ துயரத்துக்கோ குழந்தையின் பேச்சும் செயலும்தான் காரணம் என்பதை மனதில் பதியச் செய்கிறோம். துன்பமூட்டும் உணர்வுகளுக்கு ஆளாகும் பெற்றோரைக் கவனித்துக்கொள்வதும் அவர்களின் நிலைமையைப் பார்த்து மோசமாக உணர்வதும் குழந்தைகளின் பொறுப்பாகிறது. அடுத்தவர்களின் உணர்வுகளுக்கு பொறுப்பேற்பது அக்கறையைக் காட்டும் செயல் போலத் தோணலாம். ஆனால், குழந்தைகள் வாழ்க்கை முழுவதையும் பெற்றோருக்கே அர்ப்பணிக்கவேண்டும் அவர்களின் மகிழ்ச்சியை மட்டுமே மனதில் கொண்டு நடக்கவேண்டும் என்பது எவ்வளவு பெரிய வன்முறை.

•

9. நம் தேவைகள் என்ன என்பது நமக்குத் தெரியுமா?

மற்றவர்களைப் பற்றிய நம் மதிப்பீடுகள், தீர்ப்புகள், ஆய்வுகள், கருத்துகள், பொருள் விளக்கங்கள் இவையெல்லாமே ஒரேயொரு விஷயத்தைத்தான் சுட்டுகின்றன. நம்முடைய தேவைகள் நிறைவேறவில்லை என்பதுதான் அது.

'நீ என்னைப் புரிந்துகொள்வதே இல்லை,' என்று ஒருவர் சொன்னால் அதற்குப் பொருள் என்ன தெரியுமா? நாம் அவர்களைப் புரிந்துகொள்ள வேண்டும் என்பது அவருடைய தேவை, ஆனால் அது நிறைவேறவில்லை என்பதால் ஏற்பட்ட ஏமாற்றத்தை இப்படி வெளிப்படுத்துகிறார்.

'இந்த வாரம் முழுவதும் நீ அலுவலகத்தில் இருந்து தாமதமாக வந்தாய். உனக்கு என்னைவிட வேலையைத்தான் அதிகம் பிடிக்கிறது.' இணையரிடமோ காதலரிடமோ ஒருவர் இப்படிச் சொன்னால் அன்னியோன்னியத்திற்கான தேவை நிறைவேறவில்லை என்பதால் தனிமையாக உணர்கிறார் என்பதுதான் உண்மை.

நம்முடைய தேவைகளை நேரிடையாகத் தெரிவிக்காமல் மதிப்பீடுகள், பொருள்விளக்கங்கள், சொற்சித்திரங்கள் என வெவ்வேறு விதங்களில் வெளிப்படுத்த முனைகிறோம். இதனால், தகவலைப் பெறுபவருக்கு அவரைக் குறைசொல்கிறோம் என்ற எண்ணம் ஏற்படுகிறது. உடனே தங்களைத் தற்காத்துக் கொள்வதற்காக பதில் தாக்குதலைச் செய்கிறார்கள். இரு தரப்பினரின் ஆற்றல் முழுவதும் தீர்வே காணமுடியாத விவாதத்தில் கழிகிறது, உறவில் விரிசல் ஏற்படுகிறது.

சுற்றியிருப்பவர்கள் நம்மைப் புரிந்துகொண்டு பரிவோடு நடக்கவேண்டும் என்று நினைத்தால் அவர்களை மதிப்பீடு செய்வது போலப் பேசக்கூடாது. அப்படிச் செய்தால் நம்முடைய தேவைகளும் எதிர்பார்ப்புகளும் நிறைவேறாமல் போவதற்கான வாய்ப்புதான் அதிகம். அதற்குப் பதிலாக, நம் தேவைகள் என்ன என்பதையும் அவை நிறைவேறாததால் நமக்குள் தோன்றும் உணர்வுகள் என்ன என்பதையும் தெளிவாகச் சொல்லப் பழகவேண்டும். அது அடுத்தவர்கள் நம்முடன் புரிதலோடும் பரிவோடும் நடந்துகொள்ள வழிவகுக்கும்.

ஆனால் நம்முடைய சமூகக் குடும்பப் பணியிடச் சூழலில் யாருமே தேவைகளைப் பற்றிப் பேசுவதோ நினைத்துப் பார்ப்பதோ இல்லை. இதுவரையில் அந்தக் கோணத்தில் இருந்து யாரும் சிந்தித்திருக்கவே மாட்டோம். நம்முடைய தேவைகள் நிறைவேறவில்லை என்றால் அடுத்தவர்களைக் குறைகூறுவது ஒன்றைத்தான் எல்லோருமே செய்கிறோம். அப்படியே காலங்காலமாகப் பழகிவிட்டோம். இதை மாற்றவேண்டும் என்றால் நிறைய விழிப்புணர்வும் அதைவிட அதிகமான மெனக்கெடலும் அவசியம். அழுக்குத் துணிகளை அவற்றுக்கான இடத்தில் போடவேண்டும் என்பது நம்முடைய தேவையாக இருந்தால் நம் குழந்தைகள் அதைச் செய்யாத போது சோம்பேறி என்றும் மந்தம் என்றும் முத்திரை குத்துகிறோம். பணியிடத்தில் நமக்குத் தேவையான முறையில் வேலையைச் செய்யாத பணியாளர்களை பொறுப்பற்றவர்கள் என்ற தீர்ப்பு சொல்லித் தள்ளிவைக்கிறோம்.

இதற்கு முன்னர், அலுவலகத்திலோ வேறு இடத்திலோ நடந்த பலத்த விவாதங்களை மனதுக்குள் மீண்டும் ஓட்டிப் பாருங்கள். இரு தரப்பினரும் ஒருவரையொருவர் குற்றம்சாட்டிக்கொள்வதில் நேரத்தைச் செலவழித்திருப்பதை அறிந்துகொள்வீர்கள். ஆனால் ஒருவரும் தங்களுடைய தேவைகளைப் பற்றியோ அவை

நிறைவேறாத போது தோன்றும் உணர்வுகள் பற்றியோ பேசியிருக்கமாட்டார்கள்.

அடுத்த முறை அலுவலகத்திலோ வீட்டிலோ நீங்கள் எதிர்பார்த்ததை மற்றவர்கள் செய்யவில்லை என்றால் உங்கள் தேவை என்ன, அது நிறைவேறாத போது ஏற்படும் உணர்வுகள் என்ன என்பது குறித்துச் சிந்தியுங்கள், முடிந்தால் எழுதி வையுங்கள். பிறகு அதை எந்தவிதமான குற்றம்சாட்டலும் இல்லாமல் மரியாதையோடு எடுத்துச் சொல்லப் பழகுங்கள். உங்கள் தேவை நிறைவேறலாம் நிறைவேறாமலும் போகலாம். ஆனால் உங்களுக்குள் ஏற்படும் தெளிவு இன்னும் ஆழமாகச் சிந்திக்கவும் நீங்கள் எதிர்கொள்ளும் பிரச்னைக்குத் தீர்வுகாணவும் உதவும்.

உணவு, உடை, உறையுள் ஆகிய அடிப்படைத் தேவைகளுக்கு அடுத்தபடியாக எல்லா மனிதர்களுக்கும் இருக்கும் அடுத்தக்கட்ட தேவைகள் இவைதான் என்கிறார்கள் உளவியல் வல்லுநர்கள்: தன்னுரிமை, கூட்டுச்சார்பு, கொண்டாட்டம், கேளிக்கை, நேர்மை, பேணி வளர்த்தல், அகநிலைசார்ந்த கூட்டுறவு.

மனிதர்களின் தேவை குறித்து உளவியல் வல்லுநர்கள் சொல்வதும் பட்டியலிடுவதும் ஒருபுறம் இருக்கட்டும். நடைமுறையில் என்ன நடக்கிறது என்பதைப் பார்க்கலாம். நம்முடைய தேவைகள் என்ன என்பதைத் தெரிந்துகொண்டு வெளிப்படுத்தினால் இந்தச் சமூகம் அதை எப்படி எதிர்கொள்கிறது என்று பார்த்தால் வருத்தம்தான் மிஞ்சுகிறது. நம்மைச் சுயநலக்காரர்கள் என்று குற்றம் சாட்டுவார்கள். பெண்கள் என்றால் இன்னும் அதிகமான எதிர்வினைகள் நிகழும்.

இந்த உலகமும் சமூகமும் பெண்களைக் குறைகூறுவதிலும் குற்றம்சாட்டுவதிலும் என்றுமே குறை வைப்பதில்லை. பெண் என்றாலே தன்னுடைய தேவைகளை நிறைவேற்றிக்கொள்ளாமல் தியாகம் செய்யவேண்டும் என்ற பிம்பத்தைப் பல நூற்றாண்டுகளாகக் கட்டமைத்திருக்கிறோம். அடுத்தவர்களின் தேவைகளை நிறைவேற்றுவது மட்டுமே பெண்ணின் கடமை என்று உருவேற்றி வைத்திருக்கிறோம். இதனால் பெண்கள் தங்களுடைய அத்தியாவசியமான தேவைகளைப் பற்றி நினைத்துக்கூடப் பார்ப்பது இல்லை.

இப்படித் தங்களின்மீது சுமத்தப்பட்ட பிம்பங்களை உண்மை என்று நம்பும் பெண்களால் அதைவிட்டு வெளியேற முடிவதில்லை.

கடமை, பாசம், குடும்பம், கௌரவம், மரியாதை என்ற வலைப்பின்னலில் இருந்து வெளியேறுவது எளிதான விஷயமல்ல. முதலில் பெண்களுக்குத் தங்களுடைய தேவைகள் என்ன என்பது தெரியுமா என்பதே சந்தேகம்தான். அப்படியே தெரிந்தாலும் வெளியே சொல்வதற்குள் படாதபாடு படுவார்கள். அப்படிச் சொல்வதே குற்றம், குடும்பத்துக்கு இழைக்கும் துரோகம் என்ற எண்ணத்தைத் துடைத்தெறிய முடியாமல் தவிப்பார்கள். அப்படியே வெளிப்படுத்தினாலும் சுற்றிவளைத்து தன்னுடைய வரம்புக்கு மீறிய ஒன்றைப் பேராசையால் கேட்பது போன்ற உணர்வுடன் பேசுவார்கள்.

தங்களுடைய இயல்பான தேவைகளை நிறைவேற்றிக்கொள்ள எந்த உரிமையும் இல்லை என்று பெண்களே நம்புவதால்தான் இந்தத் தயக்கமும் பயமும் ஏற்படுகிறது. நம்முடைய வீட்டிலும் வெளியிலும் பணியிடத்திலும் பொது இடங்களிலும் இதைப் பார்த்திருப்போம். பெண்களாக இருந்தால் பொறியில் சிக்கியது போல தவித்திருப்போம். இந்த மனத் தடையைத் தாண்டுவது எப்படி? குடும்பம், சமூகம் போன்றவற்றின் குற்றச்சாட்டையும் ஏச்சுபேச்சையும் எதிர்கொள்வது எப்படி? தொடர்ந்து பேசுவோம்.

•

10. நம் தேவைகள் முக்கியமானவையா?

நம்முடைய தேவைகளை வெளிப்படுத்துவதில் இருக்கும் சவால்கள் குறித்துச் சென்ற அத்தியாயத்தில் பேசினோம். குறிப்பாகப் பெண்கள் எதிர்கொள்ளும் பிரச்னைகள் பற்றி அறிந்துகொண்டோம். நாள் முழுவதும் உழைத்துக் களைத்த பெண் சிறிது நேரம் ஓய்வெடுக்க வேண்டுமென்றால் ஆயிரம் காரணங்களைச் சொல்லி நியாயப்படுத்த வேண்டி இருக்கிறது.

'காலையில இருந்து ஒரு நிமிஷம்கூட உட்காரலை. துணியை துவைச்சு, சமையலை செஞ்சு எல்லாருக்கும் சாப்பாடு கட்டி, பால் கணக்கு, தண்ணி கணக்கு பார்த்து, மளிகை கடைக்கு போன் போட்டு... இன்னும் ராத்திரி சாப்பாட்டுக்கு வேற ஏற்பாடு செய்யணும்... நீங்க கொஞ்சம் இதை செய்ய முடியுமா?'

இப்படி நாள் முழுவதும் செய்த, இனி செய்யவேண்டிய வேலைகளைப் பட்டியலிட்டு உதவி கேட்டு மன்றாடினாலும் 'முடியாது!' என்ற பதில்தான் பெரும்பாலான வீடுகளில் வரும்.

உதவிவேண்டும் என்று கெஞ்சிக் கேட்கும்போது பரிவோடு நடந்துகொள்வதற்குப் பதில் எதிர்ப்பைத்தான் தெரிவிப்பார்கள். அந்தக் கெஞ்சலுக்கும் மன்றாடலுக்கும் பின்னால் இருக்கும் தேவைகளின் நியாயத்தைக் காதுகொடுத்துக் கேட்கவோ புரிந்து கொள்ளவோ சிரமப்படுவார்கள்.

இதற்குக் காரணம் என்ன என்பதை உளவியல் வல்லுநர்கள் விவரிக்கிறார்கள். பெரும்பாலான பெண்கள் வலிமையிழந்த நிலையில் இருந்து தனக்கு இன்னது வேண்டும் என்றும் அதைப் பெறுவதற்குத் தான் ஏன் தகுதியானவர் என்றும் விவரிக்கிறார்கள். அதைக் கேட்பவர்கள் முடியாது என்ற மறுமொழியைத் தருகிறார்கள். இதனால், தங்களுடைய தேவைகள் முக்கியமில்லை என்று பெண்கள் நம்பவைக்கப்படுகிறார்கள். இந்த நிலைமையை எப்படிச் சரி செய்வது? பெண்கள் தங்களின் தேவைகளை எப்படி நிறைவேற்றிக்கொள்ளலாம்?

முதலில் நம்முடைய கட்டுப்பாட்டில் இருக்கும் விஷயங்களை மாற்றுவது குறித்துச் சிந்திப்பதுதான் நடைமுறைக்கு ஒத்துவரும். எனவே, தேவைகளை வெளிப்படுத்தும் விதத்தில் ஏதேனும் மாற்றம் செய்யவேண்டுமா என்பதை யோசிக்கவேண்டும்.

'இதுவரை உங்களுடைய தேவைகள் அனைத்தும் நிறைவேறி உள்ளனவா?' என எந்தப் பெண்ணிடம் கேட்டாலும் எல்லோரும் ஒரே பதிலைத்தான் சொல்வார்கள்: 'என்னுடைய தேவைகளை பற்றிப் பேசவே பயமாக இருக்கிறது.'

இதே கேள்விக்கு நீங்கள் என்ன விடை சொல்வீர்கள்? கொஞ்சம் சிந்தித்துப் பாருங்கள். முதலில், உங்கள் தேவைகள் என்ன என்பதை யாரிடமாவது வெளிப்படையாகச் சொல்லி இருக்கிறீர்களா? 'இல்லை' என்பதுதான் பெரும்பாலானோரின் பதிலாக இருக்கிறது என்கிறார்கள் உளவியல் வல்லுநர்கள். என்ன தேவை என்பதைக் கோடு காட்டுவோம். புதிர் போடுவோம். சுற்றி வளைத்துப் பேசுவோம். பக்கத்துக்கு இலைக்குப் பாயசம் கேட்போம். ஆனால் நறுக்குத் தெறித்தாற்போல நேரிடையாக நம்முடைய தேவை இதுதான் என்று சொல்லியிருக்கிறோமா என்று சிந்தியுங்கள்.

எதனால் இப்படி நம்முடைய தேவைகளை யாரிடமும் சொல்லமுடியவில்லை? அடக்குமுறை, பெற்றோரின் கண்டிப்பு, சுயமரியாதை இன்மை, தன்னம்பிக்கை குறைவு, வறுமை, பற்றாக்குறை – இப்படி ஒவ்வொருவருக்கும் ஒவ்வொரு காரணம்

இருக்கும். நம் தேவைகளை வாய்விட்டுக் கேட்டாலும், அவை மறுக்கப்படும் போதோ சுயநலமாக இருக்கிறாயே என்று யாராவது குற்றம் சாட்டினாலோ அதை வாழ்க்கை முழுவதும் சுமந்து துயருறுவோம்.

இதற்கு என்னதான் தீர்வு? நம் தேவைகள் முக்கியமானவை, அவற்றுக்கு மதிப்புண்டு என்று முதலில் நாம் நம்பவேண்டும். அவற்றை நிறைவேற்றிக் கொள்வது நம்முடைய உரிமை என்ற உறுதிவேண்டும். குடும்பத்தின் அத்தனை பொறுப்புகளையும் ஒருவரே ஏற்றுக்கொள்ள முடியாது என்பதைப் புரிந்து கொள்வதோடு அவற்றைப் பிரித்துக்கொடுக்கவும் கற்றுக்கொள்ள வேண்டும். தொடர்ந்து வேலை செய்துகொண்டே இருப்பதும் எல்லாப் பொறுப்புகளையும் இழுத்துபோட்டுக்கொண்டு செய்வதும் மன அழுத்தத்தை ஏற்படுத்தும்.

'மாலையில் ஒரு மணி நேரம் நடைப்பயிற்சி செய்யவேண்டும். அந்தத் தனிமையும் இயற்கைக் காற்றும் உடற்பயிற்சியும் எனது உடல் உள்ளம் இரண்டும் ஆரோக்கியமாக இருக்க அவசியம்,' என்பதைக் குடும்பத்தினரிடம் எடுத்துச் சொல்லவேண்டும்.

'எல்லோருடைய துணிகளையும் நானே மடித்து வைப்பது கூடுதல் சுமையாக இருக்கிறது. அவரவர் துணியை மடித்து வைத்துக் கொள்ளலாமா?'

'இரவு உணவை நீங்கள் தயாரிக்க முடியுமா? அலுவலகத்தில் இருந்து வந்து அடுப்படியில் நின்றால் கால் வலிக்கிறது.'

இப்படித் தெளிவாகக் கேட்பதோடு தொடர்ந்து நினைவூட்டுவதும் அவசியம். குடும்பத்தினரால் உதவ முடியவில்லை என்றால் மாற்று ஏற்பாடு செய்வது குறித்துச் சிந்திக்கலாம். வீட்டுவேலைகளில் உதவ ஒருவரை நியமிக்கலாம்.

பெண்கள் எல்லோருக்கும் அடுப்படியில் வேலைசெய்யவும் வேளாவேளைக்கு விதவிதமாக சமைத்துப் போடவும் பிடிக்கும் என்று நாமாகவே நினைத்துக்கொள்கிறோம். சமையலறைக்குள் காலெடுத்து வைப்பதை வெறுக்கும் பெண்களும் இருக்கிறார்கள். அவர்களுக்கும் யாராவது சூடாகச் சமைத்துத் தந்தால் உட்கார்ந்த படியே சாப்பிடலாம் என்ற ஆசை இருக்கிறது. சமையலறையோடு பிணைக்கப்பட்டிருக்கும் சங்கிலியில் இருந்து விடுதலை பெற வேண்டும், ஒரு நாளாவது ஓய்வு வேண்டும் என்ற தேவை

இருக்கிறது, இருந்தாலும் இதையெல்லாம் சொல்வதில் தயக்கமும் இருக்கிறது. அலுவலகத்தில் பணிபுரிவோருக்குக்கூட பணி ஓய்வு கிடைக்கும். வீட்டில் இருக்கும் பெண்களுக்குத் தள்ளாத வயதிலும் ஓய்வு கிடைக்காது.

உலகையே கொரோனா புரட்டிப் போட்ட காலகட்டத்தில் வாட்சப், முகநூல் ஆகியவற்றில் பகிரப்பட்ட புகைப்படத்தை நீங்களும் பார்த்திருப்பீர்கள். ஆக்சிஜன் சிலிண்டரைப் பொருத்திக்கொண்டு சமையலறையில் நின்றபடி சமைக்கும் பெண்ணின் புகைப்படம். உண்மையிலேயே அவருடைய குடும்பத்தின் நிலைமை என்ன என்பது நமக்குத் தெரியாது என்பதால் அதுகுறித்து கருத்து சொல்வது சரியல்ல என்றாலும் சமையலறை என்றால் பெண்கள் மட்டுமே புழங்கும் இடம் என்பது நம்முடைய மரபணுவில் பதிந்துவிட்டதோ என்னவோ. அதை மாற்றுவதற்கான முயற்சியை இந்தத் தலைமுறையினரிடம் இருந்து தொடங்குவது அவசியம்.

‘நம்முடைய தேவைகள் முக்கியமானவை.’ ‘எந்த ஒன்றுக்கும் மாற்றுவழி உண்டு.’ இந்த இரண்டு கருத்துகளின்மீதும் வலுவான நம்பிக்கை கொண்டால் நம் வாழ்க்கையில் எந்த மாற்றத்தையும் ஏற்படுத்தலாம்.

•

11. நம் தேவைகளைக் குறைத்துக்கொள்வது அன்பின் வெளிப்பாடா?

உளமாரப் பேசுவது, தேவைகளை வெளிப் படுத்துவது, வன்முறையற்ற தகவல் பரிமாற்றம் இவை எல்லாமே உணர்வு சார்ந்த செயல்பாடுகள். இதுவரையில் புறவய உறவுகளும் சமூகமும் வேறு மாதிரியான செயல்பாட்டைக் கற்றுக் கொடுத்திருக்கும் நிலையில் இவற்றை மாற்றி அமைத்துக் கொள்வதற்குப் புரிந்துணர்வும் விழிப்புணர்வும் விடாமுயற்சியும் அவசியம். திரைப்படங்களில் பார்ப்பது போல ஒரே நொடியில் இந்த மாற்றம் ஏற்பட்டுவிடாது. படிப்படியான கட்டங்களையோ நிலைகளையோ கடக்க வேண்டியிருக்கிறது. அதை எப்படிச் செய்யலாம் என்பதை இந்த அத்தியாயத்தில் பார்ப்போம்.

முதலில் அடுத்தவர்களோடு எப்படித் தொடர்பு படுத்திக் கொள்கிறோம் என்பதின்மீது கவனம் செலுத்தவேண்டும். பெரும்பாலானோர் அடுத்தவர் களின் உணர்வுகளுக்கு நம் செயல்களே காரணம்

என்று நம்புவோம். எல்லோரையும் மகிழ்ச்சியாக வைத்திருப்பது நம் கடமை என்று நினைப்போம். யாராவது சுணக்கம் கொண்டால் அதைச் சரிசெய்வதற்கும் அவர்களின் முகத்தில் புன்னகை மலர்வதற்கும் நம்மாலான முயற்சிகளைச் செய்வோம்.

உள்ளே எரிச்சலோ பயமோ வெறுப்போ தோன்றினாலும் அந்த உணர்ச்சிகளை மறைத்துக்கொண்டு அடுத்தவர்களின் உணர்ச்சிகளுக்கு முக்கியத்துவம் கொடுத்து அவர்கள் மகிழ்ச்சியாக இருக்கத் தேவையானவற்றைச் செய்வோம். பெரும்பாலும் நெருக்கமான உறவுகளில் இதைக் கூடுதலாகவே செய்வோம். ஆனால், இப்படி நடந்துகொள்வது நாளடைவில் நமக்கு மன அழுத்தத்தையும் பாரத்தையும் ஏற்படுத்தும், உறவுகளைப் பலப்படுத்துவதற்கு பதிலாக விரிசலை உண்டாக்கும் என்கிறார்கள் உளவியல் வல்லுநர்கள்.

அன்பை எந்தெந்த வழிகளில் வெளிப்படுத்தலாம் என்பதைப் புரிந்துகொள்ளவேண்டும். நம்முடைய தேவைகளைக் குறைத்துக் கொள்வதோ முற்றிலும் மறைத்துக்கொள்வதோ அன்பு, பாசம், காதல் ஆகியவற்றைக் காட்டுவதற்கான வழியல்ல. உறவுகளுடைய தேவைகளை மட்டுமே முதன்மைப்படுத்துவது அன்போ பாசமோ காதலோ அல்ல. திருமணம், காதல் போன்ற பந்தங்களில் தொடக்கத்தில் ஒருவருக்கொருவர் தேவைகளை உடனுக்குடன் நிறைவேற்றுவது மகிழ்ச்சியைத் தரலாம். காலப்போக்கில் இணையரின் உணர்வுகளுக்கு நாம் ஒன்றைச் செய்வதோ செய்யாமல் இருப்பதோதான் காரணம் என்ற எண்ணம் வலுப்பெறுகிறது.

இப்படி ஒரு பொறுப்பை ஏற்றுக்கொள்வது எவ்வளவு சுமையான விஷயம். உறவு என்பது பூதாகரமான உருவெடுத்து நம்மையே விழுங்கிவிடுகிறது. இதைப் புரிந்துகொண்டால் உறவு, தேவை, சுயம் இவற்றை எல்லாம் தள்ளிவைத்து மூன்றாம் நபரின் கோணத்தில் இருந்து பார்க்கமுடியும். இதைச் செய்யும் அளவிற்கு விழிப்புணர்வு ஏற்படவில்லையென்றால் இணையரையோ காதலரையோ குற்றம்சொல்லத் தொடங்குவோம். 'இந்த மனுஷனுக்கும் அவன் குடும்பத்துக்கும் உழைத்துக் கொட்டியே என் காலம் போகிறது', என்று புலம்பும் எத்தனை பெண்களைப் பார்த்திருப்போம். இதுபோன்ற நிலைமையை எதிர்கொள்ளும் ஆண்களும் இருக்கிறார்கள். ஆனால் இந்தக் குற்றச்சாட்டையும் மனக்குமுறலையும் இணையரோ காதலரோ குடும்பமோ ஏற்றுக்கொள்வதே இல்லை.

நம்முடைய தேவைகளைப் புரிந்துகொள்ள ஒரே ஒருவர் மட்டுமாவது இருந்தால் அல்லது நாமே அந்த நபராக இருந்தால் இந்தக் குற்றச்சாட்டை எப்படி எதிர்கொள்ளலாம் என்று பார்ப்போம். ஒருவர்மேல் கொண்டிருக்கும் அக்கறையும் அன்பும் கட்டாயமாகவும் கடமையாகவும் பொறுப்பாகவும் மாறும்போது சிறப்பாகச் செயல்பட வேண்டுமே என்ற பதற்றம் ஏற்படுகிறது. சுதந்திரம் பறிபோகும்போது வெறுமை தோன்றுகிறது. இவற்றையெல்லாம் புரிந்துகொண்டு சம்பந்தப்பட்ட நபரிடம் வெளிப்படையாகத் தெரிவிப்பது மட்டுமே புரிதலுக்கான முதல் படி.

அடுத்தபடியாக நேர்மையோடு நம்மை நாமே சில கேள்விகளைக் கேட்டுக்கொள்வது அவசியம். காதலுக்காக அல்லது அன்புக்காக பிடித்த உணவை எத்தனை நாள் சாப்பிடாமல் இருக்கமுடியும்; பிடித்த உடையை அணியாமல் இருக்கமுடியும்; பிடித்த பாடலோ ஆடலோ வேறு பணியோ இவற்றைச் செய்யாமல் இருக்கமுடியும்; பிடித்த நபரோடு பழகாமல் இருக்கமுடியும்; பிடித்த நடிகரின் படத்தைப் பார்க்காமல் இருக்கமுடியும்? உறவுக்காக இழந்தவற்றை எல்லாம் பட்டியலிட்டால் உள்மனம் விம்மி அழுவதை உணரலாம். அல்லது கோபத்தில் பொங்கி எழலாம்.

நாம் எழுதிவைத்த பட்டியலை இணையரிடமோ உறவிடமோ ஒப்பித்தால் உடனே புரிதல் ஏற்பட்டுவிடுமா என்ன. 'உன்னுடைய பிரச்னைக்கு என்னைக் காரணமாக்குகிறாயா? உன்னுடைய உணர்ச்சிகளுக்கு நான் பொறுப்பு ஏற்கவேண்டுமா,' என்று கேட்கக்கூடும். ஆக, அடுத்தவர்களின் உணர்வுகளுக்கு நாம் பொறுப்பேற்க முடியாது என்பது தெளிவாகிறது. ஆனால் இந்தச் சிக்கலில் இருந்து எப்படி விடுவித்துக்கொள்வது என்று வழி தெரியாமல் தவிக்கிறோம், குழம்புகிறோம்.

இந்த நிலைமைக்கு நம் தேவைகளை நிறைவேற்றிக்கொள்வது குறித்த பயமும் குற்ற உணர்வுமே முதன்மையான காரணங்கள் என்கிறார்கள் உளவியல் வல்லுநர்கள். ஒருவழியாக அந்தப் பயத்தையும் குற்ற உணர்வையும் எதிர்கொண்டு நம்முடைய தேவைகளை நிறைவேற்றும் முயற்சியில் இறங்கிவிட்டால் எல்லாம் இலகுவாகிவிடுமா என்ன. ஆரம்ப கட்டத்தில் எனக்கு மனநிறைவும் மகிழ்ச்சியும் தரும் செயல்களை மட்டுமே செய்வேன் என்ற நம்முடைய இறுக்கமும் விறைப்புத்தன்மையும் அடுத்தவர் களுக்கு எரிச்சலூட்டும். நினைத்ததைச் சாதிக்க நினைக்கிறோம்

என்ற குற்றச்சாட்டு எழலாம். இதை எப்படி எதிர்கொள்வது? நம்முடைய தேவைகள் அடுத்தவர்களின் உரிமையை மதிப்பதாகவும் இருக்கவேண்டும் என்பதை மனதில் இருத்திக்கொள்வது அவசியம். 'நம் உரிமை அடுத்தவரின் மூக்கு தொடங்கும் இடத்தில் முடிகிறது,' என்ற உண்மையைப் புரிந்துகொள்ளவேண்டும்.

பணியாற்றும் இடத்தில் குழுவோடு ஒத்துப்போய் இயங்குவது அவசியம். அங்கே எனக்குப் பிடித்ததைத்தான் செய்வேன் என்று சொல்லமுடியாது. பள்ளியிலோ கல்லூரியிலோ இருக்கும் விதிமுறைகளை மீறுவதும் நடைமுறைக்கு ஒவ்வாத செயல். விதிமுறைகளை மாற்றவேண்டும் என்றால் உரிய நபர்களுடன் அதற்கான முறையான வெளிப்படையான மரியாதையான கலந்துரையாடலில் ஈடுபடவேண்டும்.

நம் தேவைகளை முழுமையாக நிறைவேற்றிக் கொள்ளும் பக்குவத்தை அடைய இப்படிப்பட்ட புரிதல்களைப் படிப்படியாக வளர்த்துக்கொள்வது அவசியம். அதே நேரத்தில் அடுத்தவர்களின் தேவையை நிறைவேற்றும் போது கட்டாயம், கடமை போன்ற காரணங்களை ஒதுக்கிவைத்துவிட்டுப் பரிவோடு அணுகவேண்டும். அப்படிச் செய்யும்போது நம்முடைய செயல்களுக்குப் பொறுப்பேற்றுக் கொள்கிறோம். அதே நேரத்தில் அடுத்தவர்களின் உணர்வுகளுக்கு நாம் ஒருபோதும் பொறுப்பல்ல என்ற தெளிவைப் பெறுகிறோம்.

•

12. நம் தேவைகளை தெளிவாகச் சொல்கிறோமா?

வன்முறையற்ற தகவல் பரிமாற்றம் என்பது வாழ்க்கையைப் புதிய பார்வையோடு அணுக உதவும் செயல்முறை. நாம் பார்ப்பதையும் உணர்வதையும் மற்றவர்களோடு பரிமாறிக்கொள்ள உதவுவதோடு நம் தேவைகளைத் தெளிவாக எடுத்துச் சொல்லவும் பயன்படுகிறது. ஒருவரை ஒருவர் புரிந்துணர்வோடும் புரிதலோடும் நடத்துவதற்கான களத்தை உருவாக்குகிறது. நம் தேவைகளை முழுமையாக நிறைவேற்றிக்கொள்ள இன்னும் சில விஷயங்களிலும் கவனம் செலுத்தவேண்டும்.

நம் தேவைகளையும் கோரிக்கைகளையும் மற்றவர்களிடம் எப்படித் தெரிவிக்கிறோம் என்பதில் கவனம் செலுத்துகிறோமா? நாம் என்ன கேட்கிறோம் என்பதையும் அதை ஏன் நிறைவேற்ற வேண்டும் என்பதையும் மற்றவர்கள் புரிந்து கொள்ளும் வகையில் பேசுகிறோமா? என்ன 'வேண்டும்' என்பதை எடுத்துச் சொல்கிறோமா அல்லது என்ன 'வேண்டாம்' என்பதன்மேல்

கவனத்தைக் குவிக்கிறோமா? 'வேண்டாம்', 'கூடாது' போன்ற எதிர்மறையான சொற்கள் கேட்போரைக் குழப்புவதோடு அனிச்சையான எதிர்ப்பைத் தூண்டுகின்றன என்பதைப் பல்வேறு ஆய்வுகள் தெரிவிக்கின்றன. இது வீடு, பணியிடம், பொதுவெளி என்று எல்லா இடங்களுக்கும் பொருந்தும்.

பல நேரங்களில் மாறுபட்ட கருத்தை எடுத்துவைப்பவர்களோடு தொடர்ச்சியான உரையாடலை நடத்த வேண்டியிருக்கும். முதல் சுற்றிலேயே இணக்கமான முடிவுக்கு வரமுடியாமல் போகலாம். அப்படியொரு சூழலில் நடந்து முடிந்ததை அசைபோடும் போது அடுத்த முறை நம் அணுகுமுறையில் சில மாற்றங்களைச் செய்யவேண்டும் என்று நினைப்போம். ஆனால் பாருங்கள், எதையெல்லாம் 'செய்யக்கூடாது' என்று பட்டியல் போடுகிறோமோ அதையே செய்வோம். நடந்து முடிந்த பிறகுதான் அதை உணர்வோம். அதற்குப் பதிலாக, எதைச் 'செய்யவேண்டும்' என்பதை உருப்போட்டால் கொஞ்சமாவது பலனளிக்கும் என்பது அனுபவத்தில் கண்ட உண்மை.

நேர்மறையான சொற்களைப் பயன்படுத்துவதோடு தெளிவாகச் சுருக்கமாக குழப்பமின்றிப் பேசவும் கற்றுக்கொள்வது அவசியம். சொல் மயக்கம், பொருள் மயக்கம், பிழையின்றிப் பேசுதல் போன்றவை குறித்துப் பள்ளியில் மொழி இலக்கண வகுப்புகளில் கேட்டிருப்போம். அவற்றைத் திறம்படக் கற்றுக்கொள்வது நல்ல மதிப்பெண்களைப் பெறுவதற்கு மட்டுமல்ல நல்வாழ்வுக்கும் அவசியம் என்பதை அந்த வயதில் புரிந்துகொண்டோமா இல்லையோ, காலம்கடந்து விட்டது என்று எண்ணாமல் இன்று முதல் கற்றுக்கொள்வேன் என்ற முடிவை எடுப்போம்.

குடும்பத்தில் பெற்றோருக்கும் குழந்தைகளுக்கும் இடையேயும் இணையர்களுக்கு இடையேயும் இதுபோன்ற குழப்பம் அதிக அளவில் ஏற்படுகிறது. 'பொறுப்போடு இருக்கவேண்டும்' என்பதே பிள்ளைகளின்மீது பெற்றோருக்கு இருக்கும் வழக்கமான குற்றச்சாட்டு. ஆனால் கொஞ்சம் தோண்டித்துருவினால் பிள்ளைகள் தங்களுக்குக் கீழ்ப்படிந்து நடக்கவேண்டும், சொல்வதை எல்லாம் கேட்கவேண்டும் என்பதே பெரும்பாலான பெற்றோரின் எதிர்பார்ப்பாக இருக்கிறது.

வீட்டில் குழந்தைகளிடம் 'அதைச் செய்யாதே', 'இதைச் செய்யாதே', என்று தடைசொல்வது அவர்களின் திறன்களை மட்டுப்படுத்துகிறது, தன்னம்பிக்கையைக் குலைக்கிறது,

இயங்குவெளியைச் சுருக்குகிறது. அதை விடுத்து, 'என்னென்னவற்றை 'செய்யலாம்', என்று விளக்குவது மாற்றுவழிகளைக் குழந்தைகள் அறிந்துகொள்ள உதவுகிறது.

இணையர் தனக்குப் பிடித்தாற்போல நடந்துகொள்வது இல்லை என்பதே பெரும்பாலானோரின் குற்றச்சாட்டாக இருக்கும். எதைச் செய்தாலும் கண்டுகொள்ளாமல் இருப்பதை விரும்பவில்லை என்பதையும் சிறிது முகமலர்ந்து சிரிப்பது, கைகளை இதமாகப் பிடித்துக்கொள்வது போன்ற செய்கைகளை எதிர்பார்க்கிறார்கள் என்பதையும் கூர்ந்து கவனித்தால் புரிந்துகொள்ளலாம். ஆனால் இதை வாய்விட்டுச் சொல்லக் கற்றுக்கொண்டோமா என்றால் 'இல்லை' என்பதே பதிலாக இருக்கும். இணையர் என்பதால் நம் விருப்பங்களையும் எதிர்பார்ப்புகளையும் தேவைகளையும் முழுமுற்றாகத் தெரிந்து வைத்திருக்க வேண்டும் என்று நினைப்பது சரியல்லவே.

தகவல் பரிமாற்றத்தில் இருக்கும் இந்த இடைவெளிக்கு என்ன காரணம். முதலில் சொன்னது போல குழந்தைப் பருவம் முதல் எல்லோருக்கும் கீழ்ப்படிந்து நடக்கவேண்டும், அடுத்தவரின் முகம் கோணாமல் பார்த்துக்கொள்ள வேண்டும் என்று உருப்போட வைக்கிறார்கள். நமக்கு என்ன வேண்டும் என்பது நமக்கே தெரிவதில்லை, அப்புறம்தானே எடுத்துச் சொல்வதற்கு.

நல்லவர்களாக இருப்பதென்றால் தேவைகளைச் சுருக்கிக் கொள்வது, மறைத்துக்கொள்வது என்று நினைப்பதால் நிறை வேறாத ஆசைகளோடு வாழ்க்கையை வாழ்ந்து முடித்தவர்களின் தியாகக் கதையைச் சொல்லிச் சொல்லி நம்மையும் உசுப்பேத்து வார்கள். நாமும் அதையே வாழ்க்கையின் இலட்சியமாகக் கொள்வோம். இதனால் நம்மில் பெரும்பாலானோர் மன அழுத்தத்தோடு வாழ்க்கையை ஓட்டுவோம். நல்லவர்களாக இருப்பதற்குக் கிடைக்கும் பரிசு மன அழுத்தம்.

மன நிறைவு வேண்டுமென்றால் தேவைகளைத் தெளிவாக எடுத்துச்சொல்லப் பழகுவது அவசியம். மற்றவர்கள் நம்முடன் அன்போடு பழகவேண்டும் என்பது மனிதர்கள் எல்லோருக்கும் பொதுவான விழைவு. ஆனால் எதைச் செய்தால் உங்களிடம் அன்பாக இருப்பதாக உணர்வீர்கள் என்பதைச் சொல்லவேண்டும் அல்லவா.

நமக்கு என்ன வேண்டும் என்பதே தெரியாத காரணத்தால் துயரத்தோடும் மன அழுத்தத்தோடும் அவதிப்படுகிறோம். சில

நேரம் ‘எப்படி வெளிப்படையாகச் சொல்வது’ என்ற தயக்கமும் சங்கடமும் வெட்கமும் தடுக்கலாம். எதிர்பார்ப்பு இருக்கிறது ஆனால் என்ன வேண்டுமென்று வெளிப்படையாகச் சொல்லவில்லை. அப்படியானால், நமக்குப் பிடிக்காததைச் செய்துவிடும் சாத்தியமும் இருக்கிறதே. அதனால் என்ன வேண்டுமென்பதைச் சொல்லாமல் இருப்பது இன்னும் அதிகமான துயரத்தை ஏற்படுத்தலாம். நம்முடைய தேவைகளை தெளிவாகவும் வெளிப்படையாகவும் குழப்பமில்லாமலும் எடுத்துச் சொல்வது ஏன் அவசியம் என்று இப்போது புரிகிறதா?

•

13. நன்மதிப்பைக் காக்க வன்முறை தேவையா?

தொழில்நுட்பமும் இணையமும் உலகைச் சுருக்கி உள்ளங்கையில் அடக்கிவிட்டன. உலகின் எந்த மூலையில் ஏற்படும் சிறு அதிர்வும் நம்மைப் பெரிதாகத் தாக்காவிட்டாலும் இலேசாகத் தொட்டாவது செல்கிறது. 2022-ஆம் ஆண்டு மார்ச் மாதம் ஹாலிவுட் திரைப்படங்களுக்கான ஆஸ்கர் விருது வழங்கும் விழா அமெரிக்காவின் லாஸ் ஏஞ்சல்ஸ் நகரில் நடைபெற்றது. அப்போது நடந்த நிகழ்வு ஒன்று இணையத்திலும் ஊடகங்களிலும் பேசுபொருளாக இருந்தது. தெளிவாகச் சிந்திப்பவர்கள் என்று நாம் நினைத்த பெரும்பாலானோரைக் குழப்பி அடித்த விவகாரமும் அதுதான். வேறென்ன, கிறிஸ் ராக்குக்கு வில் ஸ்மித் கொடுத்த அறையைப் பற்றித்தான் சொல்கிறேன்.

ஆஸ்கர் விருதுகளின் நேரடி ஒளிபரப்பை நம்மில் எத்தனை பேர் கண்விழித்திருந்து பார்த்தோம் என்று தெரியவில்லை. ஆனால் பிட்டுக்கு மண் சுமந்த சிவபெருமானுக்கு விழுந்த பிரம்படி உலகிலுள்ள

உயிரினங்களுக்கெல்லாம் வலித்தது போல கிறிஸ் ராக்குக்கு வில் ஸ்மித் கொடுத்த அறை நம் எல்லோர் கன்னத்திலும் சுரீரென்றது.

கிறிஸ் ராக் ஒரு நகைச்சுவை நடிகர். விருது வழங்கும் விழாவைத் தொகுத்து வழங்கும் போது பார்வையாளர்கள் வரிசையில் இருந்த வில் ஸ்மித்தின் மனைவி ஜேடா ஸ்மித்தை கேலியாகப் பேசினார். தலைமுடி கொட்டிப் போய் வழுக்கையாக இருந்ததால் ஜி. ஐ. ஜோ போலீஸ் கதாபாத்திரத்தில் நடிக்கலாமே என்றார். முதலில் இதைக் கேட்டு சிரித்த வில் ஸ்மித், மனைவியின் முகம் போன போக்கைப் பார்த்ததும் நிதானமாக மேடையேறி கிறிஸ் ராக்கின் கன்னத்தில் அறைந்தார். அதிர்ச்சியில் உறைந்து நின்ற கிறிஸ் ராக் தான் வாங்கிய அடியைப் பற்றி நகைச்சுவையாகப் பேசி சமாளித்தார். கீழே இறங்கி வந்து இருக்கையில் அமர்ந்த வில் ஸ்மித் ‘என் மனைவியின் பெயரை இனி நீ உச்சரிக்கவே கூடாது’, என்று இரண்டு முறை உரக்கச் சொன்னார். இது உலகமுழுவதும் நேரலையில் ஒளிபரப்பானது. இந்தச் சம்பவம் நிகழ்ந்து சிறிது நேரத்தில் சிறந்த நடிகருக்கான ஆஸ்கர் விருதை அதே மேடையில் பெற்றுக்கொண்ட வில் ஸ்மித் தன்னுடைய வரம்புமீறிய செயலுக்கு அழுதபடியே மன்னிப்புக் கோரினார். மறுநாள் இணையத்தில் மன்னிப்புக் கடிதம் ஒன்றையும் வெளியிட்டார்.

அரங்கில் இருந்த பார்வையாளர்களும் மற்ற திரையுலகப் பிரபலங்களும் இணைய நேயர்களும் என்ன நடக்கிறது என்று புரியாமல் விழித்தனர். நடப்பது உண்மையா, நாடகமா என்று குழம்பினார்கள். ஏனெனில் கடந்த சில வருடங்களாக விழாவுக்குச் சுவை கூட்டுவதற்காக இதுபோன்ற விவகாரமான சம்பவங்கள் மேடை ஏற்றப்படுவது வழக்கமாகிவிட்டது. அதுபோக பிரபலங்கள் ஒருவரை ஒருவர் நகைச்சுவை என்ற பெயரில் கேலியும் கிண்டலும் பேசி வறுத்தெடுத்துக் கொள்வது ‘ரோஸ்டிங்’ எனப்படுகிறது. இதற்கென நேரம் ஒதுக்கி ‘ரோஸ்டிங்’ நிகழ்வுகளில் நம்மூர் திரையுலகப் பிரபலங்களும் பங்குகொள்வது வாடிக்கையாகி விட்டது. கூடவே எதிர்மறை விளம்பரம் என்ற வழிமுறையும் பரவலாகி வருகிறது.

இந்த நிகழ்வு உண்மையா அரங்கேற்றப்பட்டதா? கறுப்பினத்தவராக இல்லாமல் வெள்ளைக்காரராக இருந்தால் அறை கொடுத்திருப்பாரா இல்லை வாங்கி இருப்பாரா? அறைந்தவரும் அதை வாங்கியவரும் ஒருவர் ஆணாகவும் மற்றவர் பெண்ணாகவும் இருந்தால் நிலைமை தலைகீழாக மாறி இருக்குமா? இது

கறுப்பினத்தவருக்கு எதிரான சதித்திட்டமா? அதே அரங்கில் கிறிஸ்ஸை விடவும் மோசமான நகைச்சுவையை அரங்கேற்றிய பெண் தொகுப்பாளர்களின் கீழ்த்தரமான இரசனையை யாரும் கண்டுகொள்ளவில்லையே. கிறிஸ், ஜேடா இருவருக்கும் இடையே நடக்கும் பனிப்போரின் தொடர்ச்சி இது. இப்படிப் பலவாறான கருத்துக்களை இணைய முழுவதும் பார்க்கமுடிந்தது.

ஜேடா ஸ்மித் அலபீஷே என்ற தலைமுடி கொட்டும் நோயால் பாதிக்கப்பட்டிருக்கிறார் என்பதால் மழிக்கப்பட்ட மொட்டைத் தலையோடு இருப்பார். உருவ கேலி செய்ததால் மனைவியின் நன்மதிப்பை காக்கும் ஆண்மகனாக நடந்துகொண்டார் வில் ஸ்மித். கிறிஸ் இனி எப்போதும் யாரையும் இப்படிக் கேலி பேசக்கூடாது என்ற பயத்தோடு நடப்பார். இப்படி ஒரு பொதுவான கருத்தை எல்லோருமே முன்வைத்தனர்.

இந்தக் கருத்துக்கள் எல்லாவற்றையும் கொஞ்சம் ஒதுக்கி வைப்போம். அன்றாட வாழ்வில் எண்ணம், பேச்சு, செயல் இம்மூன்றிலும் வன்முறையை எப்படித் தவிர்க்கலாம் என்பது குறித்துப் பேசி வருகிறோம். உங்களில் சிலர் அதை வாழ்க்கையில் நடைமுறைப்படுத்தும் முயற்சியிலும் ஈடுபட்டிருக்கலாம். அந்தக் கோணத்தில் இருந்து கிறிஸ், வில் இருவரின் நடவடிக்கைகளையும் அணுகுவதே சரியாக இருக்கும் என்று நினைக்கிறேன்.

கிறிஸ் எல்லை மீறிக் கிண்டல் செய்தது சரியல்ல. அவமானப்படுத்துதல் என்பது அதீதமான உளவியல் தாக்கத்தை ஏற்படுத்தி நம்பிக்கையைக் குலைக்கிறது. தன்னம்பிக்கை குறையும் போது பதற்றம், மன அழுத்தம், தனித்துவிடப்பட்ட உணர்வு, மனச்சிதைவு போன்ற உளவியல் பிரச்னைகள் ஏற்பட வாய்ப்பிருக்கிறது. இதனால் அவருடைய பேச்சை மென்மையான அல்லது சாத்வீக வன்முறை என்று நிச்சயமாகச் சொல்லலாம்.

ஆனால் அதற்கு வில் ஸ்மித் ஆற்றிய எதிர்வினை சரியானதுதானா? ஒருவருடைய பேச்சு ஒவ்வாததாக இருப்பதால் அவரை அறையலாமா? அடிக்கலாமா? இதுவே நம்மைவிட அதிகாரம் படைத்தவராகவோ சமூகப் படிநிலையில் மேலான இடத்தில் இருப்பவராகவோ உடல் வலுவும் பண பலமும் கொண்டவ ராகவோ இருப்பவரை அடிக்க முடியுமா? மனைவியின் நன்மதிப்பைக் காக்க வேண்டுமென்றால் வன்முறை மட்டும்தான் தீர்வா? இதே திரையுலகில் வில்லும் ஜேடாவும் எத்தனையோ புறக்கணிப்புகளையும் அவமானங்களையும் எதிர்கொண்டுதான்

வெற்றியையும் புகழையும் அடைந்திருப்பார்கள். புறக்கணித்தவர் களையும் அவமானப்படுத்தியவர்களையும் அடித்தோ அறைந்தோ நல்வழிப்படுத்தித்தான் இந்த நிலையை அடைந்தார்களா?

தனிப்பட்ட வாழ்வில் சிறு வயதில் இருந்து எத்தனையோ வலிகளைத் தாங்கித்தான் ஒவ்வொருவரும் வளர்ந்திருப்போம். வயது வந்த பிறகு, கூடவே சமூகத்தில் உயர்நிலையில் இருக்கும்போது பொறுப்புடன் நடந்துகொள்வதுதானே சரி. இளைய தலைமுறையினருக்கு வழிகாட்டியாக இருப்பதும் சமூக நுண்ணுணர்வுடன் நடப்பதும் பெரியவர்களின் கடமை அல்லவா.

தவறு செய்தவர்களைத் தண்டிக்க 'மூக்குக்கு மூக்கு', 'கண்ணுக்கு கண்', என்ற சட்ட விதிகளை நடைமுறைப்படுத்திய ஹமுராபி என்ற பாபிலோனிய மன்னனின் கதையைக் கேட்டிருப்போம். அப்படிப்பட்ட வழக்கங்களை எல்லாம் விட்டொழித்து தவறு செய்பவர்களை மனிதாபிமானத்தோடு அணுகவேண்டும் என்பதை எடுத்துச் சொல்லிய புத்தரும் அகிம்சையை போதித்ததோடு நின்றுவிடாமல் அன்றாட வாழ்வில் கடைப்பிடித்த அண்ணல் காந்தியடிகளும் இன்னும் எத்தனையோ அறிஞர்களும் வாழ்ந்த மண்ணில் வாழ்கிறோம். இவர்களுடைய வாழ்க்கையின் பக்கங்களைப் புரட்டினாலே வன்முறையைத் தவிர்க்கும் உத்திகளைக் கற்றுக்கொள்ளலாம்.

வன்முறையற்ற எதிர்வினை ஆற்றுவது எப்படி என்பதைக் கொஞ்சம் ஆழ்ந்து சிந்தித்தால் நாமே அறிந்துகொள்ளமுடியும். வாழ்க்கையின் எல்லா நிலைகளிலும் வன்முறையைத் தவிர்ப்பேன் என்ற பற்றுக்கோள் தெளிவான சிந்தனைக்கும் செயலுக்கும் வழிவகுக்கும். முன்பே சொன்னதுபோல அவரையும் இவரையும் மாற்றும் முயற்சியில் இறங்காமல் முதலில் நம்மிடமிருந்து தொடங்குவோம். வன்முறையைத் தவிர்த்து உள்ளத்தில் அமைதி கொள்வோம்.

•

14. அறைவது அறச்சீற்றம் ஆகிவிடுமா?

கோபம், எரிச்சல், சோகம், வெறுப்பு, விரக்தி போன்ற உணர்வுகளை எதிர்மறையானவை என்றும் மகிழ்ச்சி, களிப்பு, மனநிறைவு போன்ற உணர்வுகளை நேர்மறையானவை என்றும் காலங்காலமாக வகைப்படுத்தி உள்ளோம். எதிர்மறை உணர்வுகளை மறைத்து மூடி நேர்மறையாக நடந்துகொள்வதே சரியான வழிமுறை என்றும் நம்புகிறோம்.

ஆனால் இன்றைய காலகட்டத்தில் உணர்வுகளை வெளிப்படுத்துவதே சரியானது என்ற எண்ணம் வலுப்பெற்று வருகிறது. மனதில் என்ன தோன்றுகிறதோ அதைச் சொல்லிலும் செயலிலும் காட்டுவதில் எந்தத் தவறுமில்லை என்று நினைக்கிறோம். ஒரு வகையில் இது சரியான அணுகுமுறைதான் என்றாலும் நம் உணர்வுகளுக்கான காரணத்தை முழுமையாகப் புரிந்துகொள்ளாமல் செயலாற்றுவதும் எதிர்வினை ஆற்றுவதும் குழப்பத்தை ஏற்படுத்துகிறது. கிறிஸ் ராக்கை வில் ஸ்மித் அறைந்த சம்பவத்தில் இதுதான் நடந்தது.

‘தன் மனைவியை இன்னொருவன் கேவலப்படுத்தும் போது பார்த்துக்கொண்டு சும்மா இருக்கச் சொல்கிறீர்களா? அவரும் மனிதர்தானே. அந்த நேரத்தில் கோபத்தை வெளிப்படுத்தி விட்டார்.’

‘வில் ஸ்மித் விட்ட அறை பெண்களைக் கேலி பேசுவது, உருவ கேலி போன்ற கீழ்த்தரமான செயல்களுக்கு முற்றுப்புள்ளி வைக்கும். இப்படி நடந்துகொள்ளும் எல்லா ஆண்களுக்குமான தண்டனை அது.’

‘கிறிஸ் ராக் பேசியது வன்முறை இல்லையா? இப்படி ஓர் அறை கொடுத்தால்தான் அவரைப் போன்றவர்கள் வழிக்கு வருவார்கள்.’

‘வில் ஸ்மித் திரையில் மட்டும் நாயகனில்லை, நிஜ வாழ்விலும்தான்.’

இப்படிப் பல கருத்துக்களை இணையத்திலும் சமூக ஊடகங்களிலும் பார்க்கமுடிந்தது. ஆஸ்கர் விருது வழங்கும் மேடையில் நடந்தது எல்லாமே உண்மை, சித்தரிக்கப்பட்ட காட்சி அல்ல என்றே வைத்துக்கொள்வோம். நம் கோபத்தைத் தூண்டும் வகையில் யாராவது நடந்தால் எப்படி எதிர்வினை ஆற்றலாம்? வன்முறையற்ற தகவல் பரிமாற்றச் செயல்முறையின் அடிப்படையில் இதற்கு விடைகாண முற்பட்டால் தெளிவு பிறக்கும் என்று நினைக்கிறேன்.

பொதுவாகவே அடக்குமுறை, பாரபட்சம் போன்றவற்றை எதிர்கொள்ளும் மக்களும் குழுக்களும் மாற்றத்தைக் கொண்டுவரும் ஆற்றலும் அதிகாரமும் தங்கள் கையில் இருக்கவேண்டும் என்று நினைப்பார்கள். அவர்களிடம் வன்முறையற்ற தகவல் பரிமாற்றம், அகிம்சை, பரிவு காட்டுவது எனப் பேசினால் சங்கடம் ஏற்படுவது இயல்புதான். ஆனால் யாரையும் கோபத்தை அடக்குங்கள், அமைதியாக இருங்கள், நிலைமையை உள்ளது உள்ளபடி ஏற்றுக்கொள்ளுங்கள் என்று சொல்லவில்லை என்பதை விளக்குவது அவசியமாகிறது.

வன்முறையற்ற தகவல் பரிமாற்றம் என்ற வாழ்வியல் முறையில் கோபம் என்பது தேவையற்ற உணர்ச்சி, அதை விட்டொழியுங்கள் என்று சொல்லவில்லை. கோபத்தைக் கண்டுகொள்ள வேண்டாம் என்றோ மென்று முழுங்கிவிடுங்கள் என்றோ உளவியல் வல்லுநர்கள் பரிந்துரை செய்வதில்லை. மாறாக, கோபத்தை முழுமையாகவும் மனதாரவும் வெளிப்படுத்தக் கற்றுக் கொள்ளுங்கள் என்று வலியுறுத்துகிறார்கள்.

இதை எப்படிச் செய்யலாம். முதலில் கோபத்தைத் தூண்டிய நபரை மறந்துவிடுவது அவசியம். நம் கோபத்துக்கு அவர் எந்த வகையிலும் பொறுப்பல்ல. அந்த நபரின் பேச்சோ செய்கையோ நம் கோபத்தைத் தூண்டியது என்ற எண்ணத்தைக் களைவோம். அந்த நபரைப் பழி சொல்லவோ குற்றம்சாட்டவோ வேண்டும், அவரைத் தண்டிக்க வேண்டும் போன்றவை மேலோட்டமான எதிர்வினைகள். மற்றவர்களின் செயலோ பேச்சோ நம் உணர்வுகளைத் தூண்டலாம் ஆனால் அவை ஒரு போதும் காரணமாகாது என்ற ஆழ்ந்த உண்மையைப் புரிந்துகொள்ளவேண்டும். இந்த தெளிவைப் பெற தூண்டுகை, காரணி ஆகியவற்றுக்கு இடையே உள்ள வித்தியாசத்தைத் தெரிந்துகொள்ளவேண்டும்.

'நீ எனக்குக் கோபமூட்டும் வகையில் பேசினாய்.'

'நீ நல்ல மதிப்பெண் பெறவில்லை என்பதால் அம்மாவுக்கு வருத்தமாக இருக்கிறது.'

'நீ அப்படிச் சொன்னதால் எனக்கு மன உளைச்சல் ஏற்பட்டது.'

'நீ அதைச் செய்யாததால் நாள் முழுவதும் வருத்தமாக இருந்தேன்.'

ஒரு நாளில் எத்தனை முறை இதுபோன்ற சொற்றொடர்களைப் பயன்படுத்துகிறோம். நம் செய்கைக்கு அடுத்தவரைக் காரணம் காட்டும் ஒவ்வொரு முறையையும் கணக்கு வைத்தால் தலைசுற்றும். நம்முடைய உணர்வுகள் அனைத்துக்கும் அடுத்தவர்தான் காரணம் என்ற நம்பிக்கையை விட்டொழித்தால் மட்டுமே கோபத்தை எப்படிக் கையாள்வது என்பதைக் கற்றுக்கொள்ள முடியும்.

கோபம் ஏற்படும் போதெல்லாம் குற்றம் செய்துவிட்டார் என்று நாம் நினைக்கும் நபரைத் தண்டிக்க முற்படுகிறோம். அவர் தண்டனை பெறுவதற்குத் தகுதியுடையவர் என்று ஆணித்தரமாக அடித்துச் சொல்கிறோம். அந்த நேரத்தில் நம்மைக் கடவுளாகவோ நீதி தேவதையாகவோ நினைத்துக்கொள்கிறோம் என்றால் மிகையல்ல. கிறிஸ் ராக், வில் ஸ்மித் சம்பவத்தில் நடந்ததும் இதுதான். நம்மிடமோ இந்தச் சமூகத்திலோ ஏதேனும் மாற்றம் ஏற்படவேண்டும் என்றால் வன்முறையற்ற சமுதாயமாக மாறவேண்டும் என்றால் ஒருவருடைய செயலை சரி, தவறு என்று நீதி வழங்கும் மனப்போக்கையும் தண்டனையைத் தரும் உரிமையையும் விட்டொழிக்கவேண்டும். மற்றவர்களின் செயலை மதிப்பிடுவதற்கு முன்னால் அந்தக் கணத்தில் நம் தேவை என்ன என்று கேட்டுக்கொள்வது அவசியம். ஒரு நிகழ்வை எதிர்கொள்ளும்

நேரத்தில் நம்முடைய உணர்வுகளும் தேவைகளும் என்ன என்பதைத் தெளிந்த சிந்தனையோடும் விழிப்புணர்வோடும் பரிசீலனை செய்யவேண்டும்.

அடுத்தாக, அறச் சீற்றம் என்பது நியாயமான வெளிப்பாடல்லவா என்ற கேள்விக்கான விடையையும் தேடுவோம். அப்போதுதான் முழுமையான தீர்வை அறிந்துகொள்ளமுடியும் ஒருவரின் செயலை நேர்மையற்றது, நியாயமற்றது, கவனக்குறைவானது, அறத்துக்குப் புறம்பானது, பேராசையானது என்றெல்லாம் எடைபோட ஆரம்பித்தால் அந்தக் கணத்தில் நம்முடைய தேவை என்ன என்பதை மறந்துவிடுகிறோம். அடுத்தவரைத் தக்க முறையில் தண்டிப்பதில் மட்டுமே கவனத்தையும் ஆற்றலையும் குவிக்கிறோம்.

மேடையில் கிறிஸ் ராக் பேசி முடித்த அந்த நேரத்தில் வில் ஸ்மித்தின் தேவை என்னவாக இருந்திருக்கும் என்று பார்க்கலாம். முதலாவது, அவருடைய மனைவியை மரியாதையோடு நன்மதிப்போடு நடத்தவேண்டும். அடுத்தது, பலரும் கூடி இருக்கும் பெரிய அரங்கில் எல்லோரின் முன்னிலையிலும் மனைவியின் உருவத்தையே உடல்நிலையையோ கேலி பேசக்கூடாது. இறுதியாக, ஒரு கணவனாக அவருடைய மனைவி பாதுகாப்பாக உணர்வதற்கு என்ன செய்யலாம், என்ன செய்யமுடியும் என்ற கணிப்பு.

தன்னுடைய தேவைகளையும் உணர்வுகளையும் தெளிவாகப் புரிந்துகொள்வதற்கு முன்னால் கிறிஸ் ராக்கின் பேச்சையும் செயலையும் எடைபோட்டு முடித்துவிட்டார் வில் ஸ்மித். அவர் பேசியது சரியல்ல என்ற முடிவுக்கு வந்துவிட்டார். எனவே அதற்கான தண்டனையை வழங்கும் உரிமையையும் யாரையும் கேட்காமல் அவரே எடுத்துக்கொண்டார். ஆனால் அடுத்த சில நிமிடங்களிலேயே தன்னுடைய தேவைகளையும் உணர்வுகளையும் சுயபரிசோதனைக்கு உட்படுத்தி பின் செயலில் இறங்குவதே சரியான அணுகுமுறை என்பதை அவரே புரிந்துகொண்டிருப்பார்.

எல்லாம் நடந்து முடிந்து அந்த நிகழ்வைப் பொறுமையாக மனதில் ஓட்டிப் பார்க்கும் போது தன்னுடைய செயலில் இருந்த வன்முறையை உணர்ந்த வில் ஸ்மித் மன்னிப்புக் கடிதம் ஒன்றை வெளியிட்டார். அது பாராட்டத்தக்க செயல் என்பதில் சந்தேகமில்லை. நாம் எல்லோருமே ஒவ்வொரு நொடியும் நாளும் நம்மை நாமே செம்மைப்படுத்திக்கொள்ளும் முயற்சியில் ஈடுபட்டு வருகிறோம். வில் ஸ்மித்தும் நம் எல்லோரையும் போன்றவர் தானே.

•

15. அச்சம் நல்வழிப்படுத்த உதவுமா?

வில் ஸ்மித், கிறிஸ் ராக் நிகழ்வு குறித்த மற்றுமொரு கருத்து கவனத்தை ஈர்த்தது. 'அடியும் அடி விழும் என்ற அச்சமும் மட்டுமே கிறிஸ் ராக் போன்றவர்களின் வாய்க் கொழுப்பை அடக்கும்', என்பதுதான் அது. அச்சம் நல்வழிப்படுத்த உதவுமா? இல்லை, இது முற்றிலும் உண்மைக்குப் புறம்பானது என்பதைப் பற்பல சான்றுகள் மூலம் உளவியல் வல்லுநர்களும் சட்ட வல்லுநர்களும் நிறுவி இருக்கிறார்கள். என்றாலும் இன்று வரையில் இந்தக் கருத்தில் திடமான நம்பிக்கை வைத்திருக்கிறோம் என்பதுதான் இந்த அத்தியாயத்தின் தூண்டுகையாக இருந்தது.

காலங்காலமாக அச்சத்தின் மூலம் கட்டுப் பாட்டையும் ஒழுங்குமுறையையும் நடைமுறைப் படுத்த முயன்று கொண்டிருக்கிறோம். அதில் வெற்றிபெற்றோமா என்ற கேள்விக்கு ஒவ்வொருவரும் அவரவர் அனுபவம் சார்ந்த பதிலைத் தருவோம். அச்சம் மனிதர்களை சரியான வழியில் நடக்கச் செய்கிறது என்று ஒரு சாராரும்

அச்சத்தினால் யாரும் மனம் மாறுவதில்லை என்று இன்னொரு சாராரும் கூறுவார்கள். அச்சம் என்னும் உணர்வையும் அதன் தாக்கத்தையும் வன்முறையற்ற தகவல் பரிமாற்றம் என்ற வாழ்வியல் முறையின் கோணத்தில் இருந்து அணுகலாம் வாருங்கள்.

நீங்கள் நாற்பது வயதைத் தாண்டியவரா? அப்படியானால் அந்த வயதொத்த பெரும்பாலானோரைப் போல சிறு வயதில் வீட்டிலோ பள்ளியிலோ அடி வாங்கி வளர்ந்து இருப்பீர்கள். அடி வாங்கியதே இல்லை என்போர் யோசித்துப் பாருங்கள். உடன்பிறந்தவருக்கோ பக்கத்தில் இருப்பவருக்கோ விழும் அடியையும் உதையையும் பார்க்கும் அவலநிலைக்கு ஆளாகி இருப்பீர்கள்.. புகைப்பிடிப்பவர் மட்டுமின்றி அருகில் இருப்பவரின் நுரையீரலும் பாதிப்புக்கு உள்ளாவதைப் போலவே உடன்பிறந்தவர்களோ தாயோ வேறு ஒருவரோ அடி வாங்குவதைப் பார்த்து வளரும் குழந்தைகளும் உளவியல் பாதிப்புக்கு ஆளாகிறார்கள் என்கிறார்கள் வல்லுநர்கள்.

அடி, உதை வாங்கி வளர்ந்தவர்கள் கொஞ்சம் பின்னோக்கி போய் அந்த நேரத்தில் தோன்றிய உணர்வுகள் என்ன என்பதை ஆராய்ந்து பாருங்களேன். அச்சம், ஆத்திரம், வெறுப்பு, பழிவாங்குதல், சுய கழிவிரக்கம், தன்மதிப்பு இழப்பு, வாழ்க்கையில் பிடிமானம் இல்லாமல் இருப்பது போன்ற உணர்வுகள் ஏற்பட்டிருக்கும். அடித்தவர் நம்மைவிடவும் அதிகாரமும் பலமும் கொண்டவர் என்றால் அப்போதைக்குத் திருப்பி அடிக்க முடியவில்லை என்றாலும் எப்படிப் பழிவாங்கலாம் என்ற எண்ணம் மனதில் தோன்றும். இல்லையென்றால் அதே கோபத்தையும் ஆத்திரத்தையும் தன்னைவிடவும் அதிகாரமும் பலமும் குறைந்தவரிடம் காண்பிக்க முயற்சிக்கலாம். அல்லது அந்தச் சூழ்நிலையைவிட்டுத் தப்பிக்க நினைக்கலாம்.

இதை எழுதும் போது 'வெயில்' படத்தின் காட்சி மனக்கண்ணில் ஓடியது, உடலும் மனமும் பதறி கண்களில் நீர் கோர்த்தது. மகனைத் தண்டிக்கும் தந்தை எத்தனை குரூரம் நிறைந்தவராக இருந்தார். மகனின் மனதில் அச்சத்தை விதைத்த தந்தை அவனையே இழந்தார், பெற்றோர் என்ற பாத்திரத்துக்கான தகுதியை இழந்தார், இப்படி அவரின் இழப்பைப் பட்டியலிட்டுக்கொண்டே போகலாம்.

நம்மில் சிலர் அது மிகைப்படுத்தப்பட்ட காட்சி என்று நினைக்கலாம். அப்படிப்பட்ட பெற்றோரோடு வாழும் கொடுமைக்கு ஆளான எத்தனையோ பேரை வாழ்க்கையில் சந்தித்து

இருப்போமே. தந்தை தினம்தோறும் நிகழ்த்தும் வன்முறையில் இருந்து தப்பிக்க வீட்டை விட்டே ஓடும் அந்த மகனைப் போன்றவர்கள் எத்தனை பேர். அல்லது அப்படி ஒரு தந்தையோடு காலம் முழுவதும் வாழ்க்கை நடத்தி சுயமரியாதை, தன்னம்பிக்கை எல்லாவற்றையும் இழந்து நடைப்பிணமாக வாழ்பவர்கள் எத்தனை பேர். அந்தத் தந்தை வன்முறையற்ற தகவல் பரிமாற்ற வாழ்வியல் முறையைப் பின்பற்றி இருந்தால், தன் தேவை என்ன என்பதையும் அதை மகன் நிறைவேற்றினால் எப்படி உணர்வேன் என்பதையும் சொல்லி இருந்தால் நிலைமை தலைகீழாக மாறி இருக்குமோ.

சமீபத்தில் சுமார் ஐம்பது வயதான நண்பர் ஒருவர் சிறு வயது நினைவுகளைப் பகிர்ந்துகொண்டார். அவர் ஒன்றாம் வகுப்பு படிக்கும் போது வகுப்பு ஆசிரியர் வீட்டுப் பாடத்தை செய்யாத குழந்தைகளை அடிப்பார், வயிற்றைக் கிள்ளுவார், சட்டையோடு கொத்தாகத் தூக்கி மிரட்டுவாராம். வளர்ந்த ஆணை, ஆறு அல்லது ஏழு வயதே ஆன குழந்தைகள் என்ன செய்யமுடியும், பாவம். வயது, உடல் பலம் இவற்றோடு ஆசிரியர் என்ற அதிகார பலம் வேறு, எந்த வகையிலும் எதிர்க்க முடியாது. ஆனாலும் இந்தக் கொடுமைக்குத் தினமும் ஆளான சில குழந்தைகள் ஒன்று சேர்ந்து ஆசிரியரைப் பழிவாங்க முடிவுசெய்தனர்.

பள்ளி வளாகத்தில் இருந்த சருகுகளைச் சேகரித்து வகுப்பறையில் குவித்து நெருப்பு மூட்டும் முயற்சியில் இறங்கினர். வகுப்பறையை எரித்துவிட்டால் ஆசிரியரிடம் அடி வாங்குவதில் இருந்து தப்பிக்கலாம் என்பதுதான் அவர்களின் எண்ணமாக இருந்தது. குழந்தைகள் அந்தந்தக் கணத்தில் வாழ்பவர்கள், அவர்களுக்கு அதற்குமேல் சிந்திக்கத் தெரியாது. அதற்குள் யாரோ இதைப் பார்த்து நெருப்பு மூளுவதைத் தடுத்து நிறுத்தினர். பெரிய சேதாரம் ஏற்படாமல் போனது. இதில் குழந்தைகளின் உளவியலை நுட்பமாகக் கவனிப்பது அவசியம். பூப்போன்ற மென்மையான சின்னஞ்சிறு மனங்களில் இத்தனை வன்முறையை விதைத்தது யார். அச்சம் வன்முறையைத் தூண்டும், நல்வழிப்படுத்தாது என்பதற்கு இதைவிடவும் சிறந்த சான்று இருக்கமுடியாதல்லவா.

குழந்தை ஒரு செயலைத் திரும்பவும் செய்யக்கூடாது என்றால் அச்சத்தை ஏற்படுத்தலாம் என்ற எண்ணம் நம்மில் பலருக்கு உண்டு. ஒன்றைப் புரிந்துகொள்ளவேண்டும். அச்சமும் அடி உதையும் உடல், உள்ளம் இரண்டிலும் வலியை ஏற்படுத்துவதால் குழந்தை பெற்றோரிடம் இருந்து விலகிச் செல்கிறது. குழந்தையோடு

புரிந்துணர்வோடு கூடிய உரையாடலை நடத்துவது, நம் தேவைகளும் விழுமியங்களும் என்ன என்பதைத் தெளிவாக வன்முறையில்லாத மொழியில் எடுத்துச் சொல்வது போன்ற செயல்களே இதற்கு மாற்றாகும்.

அச்சம், அவமானம், குற்றவுணர்வு ஆகியவை ஒரு செயலைக் குழந்தைகள் உளமாரச் செய்வதற்குத் தடையாக இருக்கின்றன. காலப்போக்கில் இந்த உணர்வுகளை எதிர்கொள்ளும் வலிமையை அவர்கள் பெறும்போது நம்முடைய தேவைகளை நிறை வேற்றாமல் போகலாம். கூடவே இந்த எதிர்மறை உணர்வுகளுக்கு நம் தேவைகளோடு இருக்கும் தொடர்பைப் புரிந்துகொள்ளும் போது அவற்றை நிறைவேற்றுவதற்கான சாத்தியமும் குறைகிறது.

குழந்தைகளோடு இணக்கமான உறவை ஏற்படுத்திக்கொள்ள வேண்டும், அவர்களின் அன்பையும் பாசத்தையும் மதிப்பையும் பெறவேண்டும் என்றால் வன்முறையில்லாமல் பேசவும் பழகவும் வழிநடத்தவும் கற்றுக்கொள்வது இன்றியமையாதது.

•

16. பாராட்டும் இன்சொல்லும் நன்மை பயக்குமா?

கோபம், எரிச்சல், திட்டு இவற்றையெல்லாம் விடவும் பாராட்டும் இனிய சொல்லும் நேர்மறையான தாக்கத்தை ஏற்படுத்தும் என்றுதான் இத்தனை நாள் நம்பி இருந்தோம். ஆனால் அந்த எண்ணம் தவறானது என்றால் எப்படி உணர்வீர்கள். என்ன இது, அப்புறம் எப்படித்தான் பேசுவது என்றுதானே அங்கலாய்ப்பீர்கள். நானும் அதே நிலைமையில்தான் இருந்தேன். வீட்டிலோ பணியிடத்திலோ மற்றவர்களின் செயலைத் தொடர்ந்து பாராட்டுவது இணக்கமான மகிழ்ச்சியான தொடர்ச்சியான இயக்கத்துக்கு அவசியம் என்றுதானே இதுவரை சொல்லப் பட்டது, இது என்ன முற்றிலும் மாறுபட்ட கருத்தாக இருக்கிறதே என்றுதான் தோன்றியது.

'வருடாந்திர அறிக்கையைச் சிறப்பாகத் தயார்செய்துவிட்டீர்கள்.'

'நேற்று என்னுடன் கடைத்தெருவுக்கு வந்தமைக்கு நன்றி.'

‘நீங்கள் மனிதநேயம் மிகுந்தவர்.’

இப்படியான பாராட்டுகளைப் பலமுறை வெவ்வேறு நபர்களிடம் தெரிவித்திருப்போம் அல்லது அவர்களிடம் இருந்து பெற்றிருப்போம். இவை கொஞ்சமும் வாழ்க்கையை செம்மைப் படுத்துவதில்லை. இந்தச் சொற்றொடர்கள் எவையுமே மனதில் தோன்றும் உணர்வுகளைத் தெளிவாகத் தெரிவிக்க உதவுவதில்லை. அதுமட்டுமில்லாமல் நாம் ஏதோ நடுவர் என்ற நிலையில் இருந்து தீர்ப்பு வழங்குவதைப்போல இருக்கிறது என்கிறார்கள் உளவியல் வல்லுநர்கள்.

பணியிடம், கல்விநிலையம் போன்ற இடங்களில் மேலாளரோ ஆசிரியரோ பாராட்டுகையில் பணியாளரோ மாணவரோ இன்னும் சிறப்பாகவும் கடுமையாகவும் செயலாற்றுவதைப் பார்க்கலாம். ஆனால் இந்த விளைவு நீண்ட காலம் நீடிப்பதில்லை. பாராட்டுக்குப் பின்னால் தங்களைத் திறமையாகக் கையாளும் எண்ணம் மட்டுமே இருக்கிறது என்பதை உணர்கையில் ஆக்கத்திறன் குறைகிறது. உள்நோக்கத்தைத் தெரிந்துகொண்டதும் பாராட்டில் இருக்கும் நெருக்கமும் அழகும் குலைகிறது.

நேர்மறையான கருத்தாக இருந்தாலும் ஏதோ ஒரு பின்விளைவை எதிர்பார்த்துச் சொல்லப்படும் பாராட்டைப் பெறுபவர் எப்படி உணர்கிறார் என்பதைக் கணிக்க முடிவதில்லை. அதனால் பாராட்டைச் சொல்லும் விதத்தில் மாற்றத்தை ஏற்படுத்துவது அவசியம் என்கிறார்கள் உளவியல் வல்லுநர்கள். அதை எப்படிச் செய்யலாம்? ஒருவரைக் கொண்டாட வேண்டும் என்ற ஒரே நோக்கத்தோடு பாராட்டை வழங்கவேண்டும், பலனையே பின்விளைவையோ எதிர்ப்பார்த்து அல்ல. மற்றவர்களின் செயலின் மூலம் நம் வாழ்வு எப்படி வளமாக்கப்பட்டது என்பதை எடுத்துச் சொல்வதைவிடவும் சிறந்த செயல் எதுவுமே இருக்கமுடியாது.

வன்முறையற்ற தகவல் பரிமாற்றத்தைப் பரிந்துரைக்கும் வல்லுநர்கள் பாராட்டை எப்படி வழங்கவேண்டும் என்பதையும் எடுத்துரைக்கிறார்கள். முதலாவதாக, அந்த நபரின் எந்தெந்தச் செயல்கள் நமக்கு நன்மையைச் செய்தன என்பதைச் சொல்வது அவசியம். அடுத்ததாக அவை நம் எந்தெந்தத் தேவைகளை நிறைவேற்றின என்பதைக் குறிப்பிடவேண்டும். இறுதியில் அந்தத் தேவைகள் நிறைவேறியதும் நம்முள் ஏற்பட்ட இனிமையான உணர்வுகளைப் பற்றிப் பகிர்ந்துகொள்ளவேண்டும்.

சில நேரம் 'நன்றி' என்ற ஒற்றைச் சொல்லேகூடப் போதுமானதாக இருக்கும். இருந்தாலும் இந்த மூன்று கூறுகளையும் உள்ளடக்கிய பாராட்டு நம் உள்ளத்தில் ஏற்பட்ட நிறைவை முழுமையாக வெளிப்படுத்தும் என்பதில் சந்தேகமில்லை. வெறும் புகழ்ச்சிக்கும் மனமார பாராட்டுவதற்கும் இடையே உள்ள வித்தியாசத்தை இப்போது புரிந்துகொண்டிருப்பீர்கள். அடுத்த முறை யாரையாவது பாராட்ட வேண்டுமென்று நினைத்தால் இதை நினைவு படுத்திக்கொண்டு பேசுங்கள். பாராட்டைப் பெற்றவர் எப்படி உணர்ந்தார் என்பதையும் தெரிந்துகொள்ள முயற்சியுங்கள்.

இன்னுமொரு முக்கியமான விஷயத்தையும் இங்கே பேசுவது அவசியம் என்று நினைக்கிறேன். நம்மில் பல பேருக்குப் பாராட்டை எப்படி எதிர்கொள்ளவேண்டும் என்பதும் தெரிவதில்லை. இயல்பாகவும் நயத்தோடும் பாராட்டைப் பெற்றுக்கொள்வதற்கு மாறாகச் சங்கடத்தோடு நீட்டி நெளிகிறோம். குறிப்பாக ஆக்கத்திறனை மேம்படுத்துவதற்காக வழங்கப்படும் பாராட்டு பதற்றத்தை ஏற்படுத்துகிறது.

எதையும் பெறுவதற்கு உழைக்கவேண்டும், தகுதியானவராக இருக்கவேண்டும் என்ற நம்பிக்கை மனதில் வேரூன்றிவிட்டது. இதனால் எளிமையான நன்றியைச் சொல்வதற்கும் பெற்றுக் கொள்வதற்கும் சங்கடமாகவும் அசௌகரியமாகவும் உணர்கி றோம். மற்றவர்கள் பேசுவதைப் புரிந்துணர்வோடு கேட்பது போலவே பாராட்டையும் இயல்பாகப் பெற்றுக்கொள்ளலாம். ஒருவரின் நலத்துக்கு நம்மாலான உதவியைச் செய்தோம். அது குறித்த அவர்களின் உணர்வுகளையும் தேவைகள் எப்படி நிறைவேறின என்பதையும் சொல்லும்போது அதைக் கேட்பதற்கு அசௌகரியமாக உணரவேண்டியதில்லை. நாம் ஒவ்வொருவரும் அடுத்தவர்களின் வாழ்க்கையை மேம்படுத்தும் செயல்களைச் செய்யமுடியும் என்ற அடிப்படை வாழ்வியல் உண்மையைப் புரிந்துகொள்ளும்போது இந்த அசௌகரியமான உணர்வு விலகிவிடும்.

இன்னொன்றையும் கவனிக்கவேண்டும். நம்மில் பெரும்பாலானோர் பாராட்டை இரண்டு நிலைகளில் ஏதேனும் ஒன்றில் இருந்து பெற்றுக்கொள்கிறோம்: ஒன்று, பாராட்டைப் பெறுவதால் மற்ற எல்லோரைவிடவும் நாம் சிறந்தவர்கள், மேலானவர்கள் என்ற எண்ணத்தைப் பெறுகிறோம். அல்லது, 'இதிலென்ன இருக்கிறது', 'அப்படியென்ன செய்துவிட்டேன்',

எனப் போலியான தன்னடக்கத்தோடு பாராட்டைப் புறந்தள்ளுகிறோம். இதுவரையில் எத்தனை முறை இப்படிச் சொல்லியிருப்போம். பாராட்டை மனதாரவும் உவகையோடும் பெற்றுக்கொள்ளக் கற்கவேண்டும். அடுத்தவரின் வாழ்க்கையை வளப்படுத்தும் ஆக்கமும் ஆற்றலும் நம் எல்லோரிடமும் இருக்கிறது என்பதை உணர்ந்தால், தன்முனைப்பு, போலியான தன்னடக்கம் இரண்டையும் விலக்குவது எளிது.

'நம் மிகப் பெரிய அச்சம் நாம் போதுமானவர்களாக இல்லை என்பதல்ல, அளவிடற்கரிய ஆற்றலும் வலிமையும் பெற்றவர்கள் என்பதே. நம்மை அச்சுறுத்துவது நம் இருண்மையல்ல, நமக்குள் இருக்கும் ஒளியே.' மேரியான் வில்லியம்சன் என்ற எழுத்தாளரின் கூற்றில் இருக்கும் உண்மையை உணர்ந்தால் வாழ்க்கைதான் எத்தனை எளிமையானது.

•

17. கடமையைப் பாராட்டுவது அவசியமா?

இன்சொல்லையும் பாராட்டையும் எப்படித் தெரிவிப்பது, எப்படிப் பெற்றுக்கொள்வது என்பதைப் பற்றி சென்ற அத்தியாயத்தில் பார்த்தோம். அதே நேரத்தில் 'சமீபத்தில் யாராவது உங்களைப் பாராட்டி னார்களா?' என்று கேட்டால் தலையை வேக வேகமாக இடவலமாக அசைப்போம். 'நீங்களாவது யாரையாவது உளமாரப் பாராட்டினீர்களா?' என்றால் 'இல்லையே', என்று இழுப்போம்.

நாம் ஒவ்வொருவருமே பாராட்டு வறுமையில் உழல்கிறோம், அதற்காக ஏங்கித் தவிக்கிறோம். தவறுகள் உடனடியாக சுட்டிக் காட்டப்படும் அளவுக்கு சரியாகச் செய்பவற்றை ஒருவரும் கவனிப்பதில்லை 'உங்களின் எந்தச் செயலைப் பாராட்டினால் மகிழ்ச்சியாக உணர்வீர்கள்?' என்ற கேள்வியை யாராவது கேட்டால் என்ன பதில் சொல்வேன் என்று யோசித்தேன். ஒரு பட்டியலே இருந்தது. ஆனால் அவற்றில் எந்தெந்த விஷயத்துக்குப் பாராட்டு கிடைத்துள்ளது என்று பார்த்தால் உதட்டைத்தான் பிதுக்கவேண்டும்.

ஒன்றுமட்டும் நிச்சயம். நம்மை யாராவது எந்தக் கைமாறையும் எதிர்பார்க்காமல் உளமாரப் பாராட்டினால் நெகிழ்ந்துவிடுவோம். ஆனால் அதையே நாம் செய்கிறோமா என்ற கேள்விக்குப் பதில் சொல்லமுடியாமல் திணறுவோம். ஒன்றுமில்லை, தினமும் நமக்குச் சமைத்துப்போடும் பெற்றோரிடமோ இணையரிடமோ பணியாளரிடமோ பாராட்டையோ நன்றியையோ தெரிவிக்கிறோமா? ஏதாவது சரியில்லை என்றால் மாத்திரம் உடனே குறை சொல்வோம்.

குழந்தைகளிடமும் அப்படித்தான் நடக்கிறோம், நம்மைப் பார்த்து அவர்களும் அதையே கற்றுக்கொள்கிறார்கள். எத்தனையோ பேர் பாராட்டினாலும் யாராவது சில பேர் குறைசொன்னால் மனம் துவள்கிறோம். பிள்ளைகளும் அப்படித்தான். அவர்களின் நன்னடத்தையைப் பாராட்டும்போது அது மேலும் வலுப்படுகிறது, அதைத் தொடர்ந்து செய்ய அவர்களுக்கு ஊக்கமளிக்கிறது. குறைசொல்லிக்கொண்டே இருந்தால் சலிப்படைவார்கள், மனமுடைந்து போவார்கள்.

இன்று முழுவதும் மற்றவர்களின் செயல்களை உளமாரப் பாராட்டுவேன் என்று முடிவெடுத்து அதைச் செயல்படுத்த முயன்று பாருங்களேன். அவர்கள் செய்வது எத்தனை எளிதான இயல்பான கடமையாக வேண்டுமானாலும் இருக்கட்டும். அந்தச் செயலை அவர்கள் செய்வதால் உங்களின் எந்தத் தேவை நிறைவேறுகிறது என்பதைச் சொல்லிப் பாராட்டுங்கள். அப்படிச் செய்யும்போது உங்களிடம் தோன்றும் உணர்வுகளைக் கூர்ந்து நோக்குங்கள், அவற்றையும் தெரிவியுங்கள். எதிரில் இருப்பவரின் முகத்தில் வெளிப்படுத்தும் புன்னகையையோ வேறு உணர்வுகளையோ கவனியுங்கள்.

நண்பரின் உறவினர் ஒருவர். உடன்பிறந்தவர்கள் இருந்தாலும் கிராமத்தில் தன்னுடன் வசித்த பெற்றோரை முதுமைக் காலத்தில் மிகுந்த அக்கறையுடனும் பாசத்துடனும் கவனித்துக்கொண்டார். வசதியான அண்ணனும் அக்காவும் மாதாமாதம் செலவுக்கான பணத்தைக் கொடுப்பார்கள். வயதானவர்களைப் பார்த்துக்கொள்வதில் பல நடைமுறைச் சிக்கல்கள் உள்ளன. அதையெல்லாம் தாண்டி கொஞ்சமும் முகம் சுளிக்காமல் வயதான தாய்க்குச் செய்யும் பணிவிடை தனக்குக் கிடைத்த பேறு என்பது போல நடப்பார். எதையும் புன்னகையோடு சலித்துக்கொள்ளாமல் செய்வார். அப்படிப்பட்ட மனிதரை வெளிவட்டாரத்தில் இருப்பவர்கள் பாராட்டுவார்கள். குடும்பத்தினரும் வெளியில்

இருப்பவர்களிடம் புகழ்ந்து பேசுவார்கள். ஆனால் அவரை நேரிடையாகப் பாராட்டியதில்லை.

ஒரு நாள் நண்பர் உறவினரிடம் அவரின் தன்னலமற்ற பணியைப் பற்றி பாராட்டிப் பேசிய போது அவர் முகத்தில் தோன்றிய உவகைக்கு அளவேயில்லை. கொஞ்சமும் சங்கடப்படமால் பாராட்டை ஏற்றுக்கொண்டார். இதைக் கேட்கும்போது கடமையைச் செய்தாலும் அதற்கான பாராட்டை யாராவது தெரிவித்தால் மகிழ்ச்சி கொள்கிறோம் என்பது உறுதிப்படுகிறது அல்லவா.

இந்த மகிழ்ச்சிக்காகத்தானே வீடு, பணியிடம் என்று எல்லா இடத்திலும் எல்லாவற்றையும் இழுத்துப் போட்டுக்கொண்டு மாங்குமாங்கென்று உழைக்கிறோம், உழைக்கிறார்கள். அதைக் கொஞ்சம் கவனித்து உளமாரப் பாராட்டினால் என்ன குறைந்துவிடப் போகிறது. 'பிறர் உங்களை எப்படி நடத்தவேண்டும் என்று விரும்புகிறீர்களோ அப்படியே அவர்களை நீங்கள் நடத்துங்கள்.' என்ற விவிலியப் பொன்விதியின்படி நடப்பது இந்த உலகையும் வாழ்க்கையையும் நேசம் மிகுந்தது ஆக்கிவிடும்.

எனக்குத் தெரிந்த எத்தனையோ ஆசிரியர்கள் நன்றாகப் படிக்காத குழந்தைகளிடம் இருக்கும் வேறு சிறப்பான விஷயங்களைப் பாராட்டும் வழக்கத்தைக் கொண்டிருக்கின்றனர். இது குழந்தைகளிடம் நேர்மறையான தாக்கத்தை ஏற்படுத்துகிறது, தன் திறமைகள் என்னவென்று தெரிந்துகொண்டு அவற்றை வளர்த்துக்கொள்ள உதவுகிறது. நாம் ஒவ்வொருவரும் சந்திக்கும் மனிதர்களிடம் இன்சொல்லையும் பாராட்டையும் தெரிவித்தால் வன்முறையில்லாத மொழியில் பேசினால் எல்லா இடத்திலும் அமைதியும் நிம்மதியும் நல்லிணக்கமும் நிலவும்.

பெற்றோரும் மற்ற நெருங்கிய உறவுகளும் நம் வாழ்க்கையில் மிகப் பெரிய தாக்கத்தை ஏற்படுத்துகிறார்கள். என்றாலும் ஊரில் உள்ளவர்களுக்கு எல்லாம் நன்றிசொல்வோம், அவர்களிடம் சொல்வதற்கு மனத்தடை இருக்கும். 'அப்பா' என்ற விளியை பயன்படுத்தாமலேயே வாழ்க்கையை ஓட்டியவர்களை அறிவோம். அதுபோலவே பிள்ளைகளிடம் வெளிப்படையாகத் தங்களின் அன்பைத் தெரிவிக்காத பெற்றோரின் கதைகளும் உண்டு. 'பாசம் மனதில் இருந்தால் போதும், ஒரு நாள் நான் செய்தது எல்லாம் அவள் / அவனுக்காகத்தான் என்பதைப் புரிந்துகொள்வாள்/ன்,' என்று வசனம் பேசும் பெற்றோரையும் பார்த்திருப்போம்.

இவர்கள் யாரும் இதை வேண்டுமென்று செய்வதில்லை. அன்பையும் பாசத்தையும் எப்படி வெளிப்படுத்துவது என்பது அவர்களுக்குத் தெரியவில்லை. இதுவரை யாரும் அவர்களிடம் அதைக் காட்டாத காரணத்தால் அதுகுறித்துத் தெரிந்துகொள்ளும் வாய்ப்பில்லாமல் போனது. தெரியாத விஷயத்தை எப்படிச் செயல்படுத்த முடியும். வன்முறையற்ற தகவல் பரிமாற்றத்தின் அடித்தளமே இந்தப் பரிவோடு கூடிய புரிதல்தானே.

•

18. குழந்தை வளர்ப்பு சமூகப் பொறுப்பா?

பள்ளி மாணவர்கள் ஆசிரியர்களை மதிக்காமல் வகுப்பறையில் கும்மாளம் போடும் காணொளி ஒன்று சமூக வலைத்தளங்களில் பரவிய சமயம் அது. ஏறக்குறைய அதே நேரத்தில் ஆசிரியர்கள் மாணவர்களிடம் தாயைப் போல அன்பு செலுத்தவேண்டும் என்ற செய்தியொன்று நாளிதழ்களில் வெளியானது. இது ஏதோ தனிப்பட்ட நிகழ்வல்ல. பள்ளி மட்டுமில்லாமல் எல்லா இடங்களிலும் வளரிளம் பருவத்தினரின் நடத்தையில் பெரும் மாற்றம் ஏற்பட்டு வருகிறது என்பது மறுக்கமுடியாத உண்மை.

தொடர்ந்து இதுபோன்ற வளரிளம் பருவத்தினரின் நடத்தைச் சீர்கேடு பற்றிய காணொளிகள் வெளிவரும் போதெல்லாம் ஊடகங்களில் அனல் பறக்கும் விவாதம் நடப்பது வழக்கமாகிவிட்டது. இந்தச் சீர்கேட்டைத் தவிர்க்கவும் நேர்செய்யவும் மேற்கொள்ளவேண்டிய செயல்முறைத் தீர்வை கல்விப் புலத்திலும் வளரிளம் பருவ உளவியலிலும் நீண்ட நெடிய அனுபவம் கொண்ட ஆசிரியர்களும்

அறிஞர்களும் உளவியல் வல்லுநர்களும் எடுத்துச் சொன்னாலும் யாருமே அதன்படி நடப்பதாகத் தெரியவில்லை. சில நேரம் தனிப்பட்ட சிலரின் முன்னெடுப்பு பலனளிப்பதைப் பார்க்க முடிகிறது. ஆனால் ஒரு சமூகமாக நமக்கிருக்கும் பொறுப்பை உணர்ந்து செயல்படுகிறோமா என்ற சுயவிசாரணையை பாரபட்சமின்றி நடத்துவதும் அவசியம்.

ஒரு குழந்தையை வளர்த்து ஆளாக்க சமூகம் முழுவதும் மெனக்கெட வேண்டும் என்ற பொருள் தரும் சொலவடை ஒன்று ஆங்கிலத்தில் உண்டு. கலீல் ஜிப்ரான் சொல்வது போலக் குழந்தை நம் வழியாக இந்த மண்ணுக்கு வரும் உயிர். அந்தக் குழந்தை நல்ல மனிதனாக வளரவேண்டுமென்றால் அதற்கான பொறுப்பு நம் எல்லோருக்குமே உண்டு. பெற்றோர், குடும்பம், உறவுகள், ஆசிரியர்கள், கல்வி நிலையங்கள், நண்பர்கள், சமூகம், அரசாங்கம் என ஒவ்வொருவரும் தத்தம் கடமைகளை சரிவரச் செய்தால் அந்தச் சூழலில் வளரும் பிள்ளையும் சிறப்பாகத்தானே இருக்கமுடியும். 'அஞ்சு பைசா அடிச்சா என்ன குறைஞ்சு போகும்', என்று கேள்விக்கு 'அந்நியன்' திரைப்படத்தில் சொன்ன பதிலைத்தான் இங்கேயும் சொல்ல வேண்டும். ஒவ்வொருவரும் தத்தம் கடமையில் இருந்து கொஞ்சம் கொஞ்சம் வழுவினால் மொத்தமும் சிதறிப் போகிறது.

பெற்றோருக்கும் குழந்தைகளுக்கும் இடையே இருப்பது சிறப்புப் பந்தம். குழந்தைகளின் நலத்தை முதன்மையாகக் கொண்டு இயங்குவதே பெற்றோரின் கடமை. ஆனால் பெற்றோரின் பல செய்கைகள் நல்விளைவை ஏற்படுத்தாமல் போகலாம். சில பெற்றோர் பொதுச் சமூகத்தின் சித்தாந்தத்தில் இருந்து மாறுபட்ட கருத்துகளைக் கொண்டவர்களாக இருக்கலாம், பொறுப்பற்றவர் களாக இருக்கலாம். சில பெற்றோர் பொறுப்புடன் தன் குடும்பத்தின் நலனுக்கு மட்டுமல்லாமல் சுற்றத்தின் நலனுக்கும் உழைப்பவர் களாக இருக்கலாம். அன்பும் பாசமும் ததும்பி வழியும் நிறைகுடங்களாக சிலர் இருப்பார்கள். கோபமும் எரிச்சலும் ஆத்திரமும் கொண்ட மனிதர்களாகவே வாழ்ந்து முடிப்பவர்களையும் பார்த்திருப்போம்.

இன்னும் சிலர் சுற்றத்திடமும் பெற்ற பிள்ளைகளிடமும் பற்பல எதிர்பார்ப்புகளைக் கொண்டிருப்பார்கள். இந்த உலகமே அவர்களின் எதிர்பார்ப்புகளை நிறைவேற்றுவதற்காகச் செயல்பட வேண்டும் என்று நினைப்பார்கள். எதிர்பார்ப்பு நிறைவேறா விட்டால் சுடுசொல் பேசி மனதைப் பொசுக்குவார்கள். மனைவி மக்களை அடிப்பது மூலம் தங்களின் ஆற்றாமைகளைத்

தீர்த்துக்கொள்ள முயல்வார்கள். அல்லது அடிப்பது பிள்ளைகள் செய்யும் தவறுகளைத் திருத்த உதவும் என்ற வலுவான எண்ணம் கொண்டவர்களாக இருப்பார்கள்.

எப்படிப்பட்ட பெற்றோராக இருந்தாலும் பிள்ளைகளின்மேல் தாக்கத்தை ஏற்படுத்துகிறார்கள்; தெரிந்தோ தெரியாமலோ குழந்தைகளுக்கு முன்மாதிரியாக இருக்கிறார்கள். அன்பும் பாசமும் பரிவும் புரிதலும் அதிகமாக உள்ள சூழலில் வளரும் குழந்தைகள் பண்பும் பக்குவமும் கொண்டவர்களாக வளர்கிறார்கள். தங்களுக்குக் கிடைத்த பரிவையும் புரிந்துணர்வையும் அடுத்தவர்களிடம் காட்டுகிறார்கள். இளவயதில் பெற்றோர், குடும்பம், சுற்றுப்புறம் ஆகியவற்றின் புரிதலும் அரவணைப்பும் இல்லாமல் வளரும் குழந்தைகள் வளர்ந்த பிறகு கடுமையும் இறுக்கமும் கொண்டவர்களாக இருக்கிறார்கள்.

பெற்றோரின் செயல்பாடு குழந்தைகளின்மீது ஏற்படுத்தும் தாக்கத்தைப் பற்றி எத்தனையோ உண்மை நிகழ்வுகள், கதைகள், திரைப்படங்களின் வழியாகப் பார்த்திருந்தாலும் அன்றாட வாழ்க்கையில் அன்பு, பாசம், பரிவு, புரிந்துணர்வு ஆகியவற்றை எல்லாச் சூழலிலும் வெளிப்படுத்துவதில் சிக்கல்களை எதிர் கொள்கிறோம். தொடர்ந்து எள்ளலாகப் பேசியும் திட்டியும் அடித்தும் வன்முறையை வெளிப்படுத்தும் பெற்றோரைவிட்டு குழந்தைகளால் விலகமுடிவதில்லை. பெற்றோர் என்ன செய்தாலும் அதைத் தாங்கிக்கொண்டு வளரவேண்டிய கட்டாயம். சொல்லப்போனால் இதுபோன்ற வன்முறையை எதிர்கொள்ளும் குழந்தைகள் சரியான முன்மாதிரி இல்லாமல் தவிக்கிறார்கள். பெற்றோரிடம் ஏற்படும் அச்சம் அவர்களுக்கிடையே இருக்க வேண்டிய நெருக்கத்தைக் குறைக்கிறது.

பெற்றோரின் கண்டிப்பு, சுடுசொல், அடி எல்லாவற்றையும் தாங்கிக்கொண்டு வாழ்க்கைப் பயணத்துக்கான இலக்குகளையும் நிர்ணயித்துக்கொண்டு அதில் வெற்றி காண்பவர்கள் உண்டு. அதே நேரத்தில் வன்முறையை எதிர்கொண்டதால் துவண்டு போய் மன அழுத்தத்துக்கு ஆளானவர்களும் இருக்கிறார்கள். இன்னும் சில பேர் வாழ்க்கையில் எந்த இலக்கையும் அடைய முடியாமல் மனம் போன போக்கில் அலைந்து திரியும் அவல நிலையும் இருக்கிறது.

குழந்தைகள் தொடர்ந்து வன்முறையை எதிர்கொள்ளும் போது பல உளவியல் சிக்கல்கள் ஏற்படுகின்றன. சில குடும்பங்களில் வழி வழியாகத் தந்தை, மகன் என்று கோபக்காரர்களாக இருப்பார்கள்.

மரபணு சார்ந்த குணமாகவோ சுரப்புநீரில் ஏற்படும் வேதியியல் மாற்றமோ காரணமாக இருந்தாலும் தலைமுறை பேரதிர்ச்சியே முக்கியமான காரணம் என்கிறார்கள் உளவியல் வல்லுநர்கள். அதாவது தந்தையோ தாயோ இளவயதில் தாங்கள் எதிர்கொண்ட வன்முறையை பிள்ளைக்குக் கடத்துகிறார்கள். அடி, அவமானச் சொல் இவற்றை எதிர்கொண்டு வளரும் தந்தை மகனையும் அதேபோல நடத்துவார், அல்லது அளவுக்கு மீறிய செல்லம் கொடுப்பார். இந்த இரண்டுமே சரியல்ல. இப்படி ஒவ்வொருவரும் வெவ்வேறு சிக்கல்களை எதிர்கொள்ளும்போது அதன் தாக்கம் உறவுகளை, முக்கியமாகக் குழந்தைகளைப் பெருமளவில் பாதிக்கிறது.

ஒரே பெற்றோருக்குப் பிறந்த குழந்தைகள்கூட வெவ்வேறு குணாதிசயங்களைப் பெற்றிருப்பதைப் பார்க்கலாம். வெவ்வேறு காலகட்டத்தில் அந்தப் பெற்றோரின் மன நிலையும் செயல்பாடும் மாற்றம் அடைவதினால் குழந்தை வளர்ப்பு முறையிலும் அது வெளிப்படுகிறது. ஆதவனின் 'மூன்றாமவன்' சிறுகதையில் இதை அழகாகக் காட்சிப்படுத்தியிருப்பார்.

யாருமே சிறந்த பெற்றோர் பட்டயப்படிப்பை முடித்துவிட்டு வந்து குழந்தைகளைப் பேணி வளர்க்கமுடியாது. குழந்தைகள் வளர வளர பெற்றோரும் கூடவே வளர்கிறார்கள். எந்தச் சூழலிலும் அன்பு, பரிவு, புரிந்துணர்வு ஆகியவற்றின் அடிப்படையில் செயல்படுவது வன்முறையற்ற தகவல் பரிமாற்றத்தைக் கடைப்பிடிப்பது என்ற முடிவை எடுத்தால் குழந்தைகளைச் சரியான முறையில் வளர்க்கமுடியும்.

•

19. தவறு செய்தால் தண்டிப்பது சரியா?

குழந்தை வளர்ப்பு, பராமரிப்பு, வழிநடத்தல் ஆகிய தலையாய பொறுப்புகளைக் கொண்ட பெற்றோரும் ஆசிரியர்களும் நாளுக்கு நாள் புதிய சவால்களை எதிர்கொள்ள வேண்டியிருக்கிறது. வளர்ந்து வரும் தொழில்நுட்பம், அறிவியல் இவற்றோடு குழந்தைகளின் திறப்பு ஆகியவை இந்தப் பொறுப்பைச் சிக்கலானதாக மாற்றியுள்ளன. இப்படிப்பட்ட சூழலில் விழுமியங்களை வலியுறுத்துவதோடு அன்பும் பரிவும் கண்டிப்பும் கலந்த அணுகுமுறையைக் கடைப்பிடிப்பது பலனளிக்கும் என்கிறார்கள் உளவியல் வல்லுநர்கள்.

சில நேரம் விதிகளையும் செயல்முறைகளையும் அதிகமாக வலியுறுத்தும் சமூகமாக மாறி விட்டோமோ என்ற எண்ணம் ஏற்படும். ஒழுங்குமுறை விதிகள் மனிதர்களை வழிநடத்துவதற்காக வகுக்கப்பட்டவை. மனிதர்களின்பால் பரிவைக் காட்டாத விதிகளும் செயல்முறைகளும் தனி மனிதனுக்கோ சமூகத்துக்கோ பலனளிப்பதில்லை. ஆனாலும் தண்டனைகளால் குழந்தைகளை

நல்வழிப்படுத்தலாம் என்ற நம்பிக்கை காலங்காலமாக வேரூன்றி இருப்பதால் இந்தப் புரிதலை எல்லோரிடமும் ஏற்படுத்துவது சவாலாக இருக்கிறது. இத்தனை காலமாக விதிகளை முன்னிறுத்தித்தான் செயல்பட்டிருக்கிறோம். அதில் இருந்து விலகி அன்பு, பரிவு போன்ற வெளிப்படையாகத் தெரியாத, கண்ணுக்குப் புலனாகாத உணர்வுகளை முன்னிலைப்படுத்தும் புதிய செயல் முறையைப் பின்பற்றுவது பலனளிக்குமா என்ற கேள்வி எல்லோரின் மனதிலும் எழுவது தவறென்று சொல்லிவிட முடியாது.

அன்பையும் பரிவையும் அதே சமயம் கண்டிப்பையும் அடித்தளமாகக் கொண்ட அணுகுமுறையை வலியுறுத்துவதற்கு முன்னால் ஒரு கேள்வியைக் கேட்கலாம். குழந்தையோ வளரிளம் பருவத்தினரோ தவறு செய்கிறார்கள் என்று வைத்துக்கொள்வோம். அப்போது நம் நோக்கம் என்னவாக இருக்கும்? தவறுக்கான தண்டனையைத் தருவதா அல்லது மீண்டும் அந்தத் தவறைச் செய்யாமல் இருக்க உதவுவதா? இந்த கேள்விக்கு எந்தச் சார்புமின்றி பதில் சொல்வது அவசியம்.

குழந்தைகளிடம் மாத்திரமல்ல, வயது வந்தவர்களிடமும்கூட அன்பும் பரிவும் கண்டிப்பும் கூடிய வன்முறையற்ற அணுகுமுறை பலனளிக்கிறது என்கிறார்கள் உளவியல் வல்லுநர்கள். அவ்வளவு ஏன், போரிடும் நாடுகளுக்கு இடையேயும் அரசியல் அரங்கிலும் நாட்டின் காவல் பணியில் ஈடுபடும் காவல்துறை, இராணுவம் போன்ற எப்பிரிவினரும் வன்முறையற்ற தகவல் பரிமாற்ற அணுகுமுறையின் வழியாகத் தீர்வுகளைக் காணமுடியும் என்று வலியுறுத்துகிறார்கள்.

இப்படிப் பொறுமையாகப் பேசமுடியாத உடனடித் தீர்வு காண வேண்டிய சூழலில் என்ன செய்வது என்ற கேள்வியைப் பெற்றோர் எழுப்பலாம். அப்படியொரு சூழலில் இந்தக் கேள்வியைக் கேட்டுக்கொள்வது அவசியமாகிறது. வலிமையை எதற்காகப் பயன்படுத்தப் போகிறோம்: தண்டிப்பதற்காகவா? பாதுகாப்பளிப்ப தற்காகவா? வாகனங்கள் விரையும் சாலையில் தந்தையின் கையை உதறிவிட்டு சாலையின் குறுக்கே ஓடும் குழந்தையின் பாதுகாப்புக்காக வலிமையைப் பயன்படுத்துவது அவசியமாகிறது. ஆனால் எல்லாச் சூழலும் ஒன்றுபோல இருப்பதில்லை என்பதையும் பெற்றோர் மனதில் கொள்ளவேண்டும்.

இதைக் கேளுங்கள். தமிழகத்தின் சிறிய நகரங்களில் ஒன்றில் மூன்று மாடிகளில் பரந்து விரிந்திருந்த ஷாப்பிங் மால் அது. திடீரென்று அந்தத் தந்தைக்குக் குழந்தை தன்னிடத்தில் இல்லை என்பது

நினைவுக்கு வந்தது. வேறு தளத்தில் இருந்த தாய்க்குக் குரல்கொடுத்தார். குழந்தை அங்கேயும் இல்லை. தம்பதியர் இருவரையும் பதற்றம் தொற்றிக்கொண்டது. குழந்தையைத் தேடி அங்கேயும் இங்கேயும் ஓடினார்கள். பொதுமக்களையும் பதற்றம் தொற்றிக்கொண்டது. நானும் கடையில் இருந்த இன்னும் சிலரும் குழந்தை எங்கேயாவது இருக்கிறானா என்று தேட ஆரம்பித்தோம்.

கடையின் மேல் தளத்தில் குழந்தை இருக்கிறான் என்று தெரிந்ததும் அங்கு ஓடோடிப் போன தாய் குழந்தையைத் தாறுமாறாக அடிக்க ஆரம்பித்தார். குழந்தைக்கு மூன்று அல்லது நான்கு வயதுதான் இருக்கும். 'அடிக்காதீர்கள்,' என்று பதறினேன். முன்பின் அறியாத ஒருவரிடம் அதற்குமேல் உரிமை எடுத்துக்கொள்ள முடியவில்லை. ஆனால் அங்கிருந்த பொதுமக்களில் ஓரிருவர் பெற்றோரின் பொறுப்பற்ற நடத்தையைக் குறித்து உரத்த குரலில் நேரிடையாகவே பேசினார்கள், கோபப்பட்டார்கள். குழந்தைக்கு இன்னும் இரண்டு அடி சேர்த்து விழுந்தது.

நடந்தது என்ன? இயல்பாகவே, மூன்று அல்லது நான்கு வயதுக் குழந்தைக்குச் சுற்றுப்புறத்தில் என்ன இருக்கிறது என்பதை ஆராய்வதில் ஆர்வம் இருக்கும். பெரிய கடைகளில் இருக்கும் விதவிதமான பொருட்கள் நமக்கே வியப்பையும் ஆசையையும் ஊட்டும் போது குழந்தையைப் பற்றிக் கேட்கவே வேண்டாம். அப்படிப்பட்ட நிலையில் குழந்தையைப் பாதுகாப்பாகப் பார்த்துக்கொள்ள வேண்டியது பெற்றோரின் பொறுப்புதானே. ஆனால் அந்த நேரத்தில் தாய்க்குத் தன்னுடைய உணர்ச்சிகளை நெறிப்படுத்த அவகாசமில்லை. குழந்தையைக் காணவில்லையே என்ற பயம், பொது இடத்தில் பல பேரின் பேச்சைக் கேட்கவேண்டி வந்ததால் ஏற்பட்ட அவமானம், குழந்தையைப் பார்த்துக் கொள்ளாமல் விட்ட குற்றவுணர்வு, கணவர் அல்லது உறவினர்கள் தன்னைக் குற்றம்சாட்டுவர்களே என்ற பயம், பொதுமக்கள்மீது ஏற்பட்ட கோபம், எரிச்சல் - இத்தனைக்கும் வடிகாலாகக் குழந்தையை அடித்துவிட்டார்.

குழந்தையைத் தண்டிப்பதற்காக வலிமை பயன்படுத்தப்பட்டது என்பதைக் கவனிப்பது அவசியம். அடிப்பது குழந்தைக்கு இனி தாயை விட்டு நகரக்கூடாது என்ற அச்சத்தை ஏற்படுத்தும் என நம்பினாரோ என்னவோ. ஆனால் இதில் சிறிதளவும் உண்மை இல்லை என்பதைக் குழந்தை வளர்ப்பு வல்லுநர்கள் வலியுறுத்துகிறார்கள்.

இந்த நிலைமையை எப்படித் தவிர்த்திருக்கலாம்? பெற்றோரில் ஒருவர் குழந்தையின் கையை இறுகப் பற்றிக்கொண்டிருக்கலாம்.

இங்கேயும் வலிமையைப் பயன்படுத்துகிறோம் என்றாலும் அது குழந்தையின் பாதுகாப்புக்காகச் செய்யப்படுவது. இன்னும் ஒரு படி மேலே போய் பெற்றோரில் ஒருவர் பொருட்களை வாங்கும்போது மற்றவர் குழந்தையைத் தன் பார்வையில் வைத்திருக்கலாம். எங்கே போகலாம், எதைத் தொடலாம் என்று வழிகாட்டியாகச் செயல் பட்டிருக்கலாம். குழந்தையின் பாதுகாப்புக்காக வலிமையைப் பயன்படுத்தும் போது நாம் யாரையும் குற்றம்சாட்டுவதில்லை. குழந்தையின் நடத்தை குறித்த தீர்ப்பை வழங்குவதில்லை.

இதில் இன்னொரு முக்கியமான விஷயம் என்னவென்றால் குழந்தை தனக்கு ஏற்படவிருக்கும் ஆபத்தைக் குறித்து அறிந்திருக்கவில்லை என்பதுதான். நாம் எல்லோருமே அறியாமையினால்தான் நமக்கு ஊறு விளைவிக்கும் செயல்களைச் செய்கிறோம். மனித வாழ்வின் மையக் கோட்பாடே பிழைத்திருத்தல்தான் என்பது அறிவியல் உண்மை. இனப்பெருக்கமும் தாய்மை உணர்வும்கூட இந்த அறிவியல் உண்மையை அடிப்படையாகக் கொண்டவைதான்.

ஆக, இந்தக் கோணத்தில் இருந்து நிகழ்வை அணுகினால் தெளிவு கிடைக்கும். தாயை விட்டுப் பிரிந்தால் என்ன நடக்கும் என்பது குழந்தைக்குத் தெரியாது. சிறிது நேரம் கழித்து தாயோ தந்தையோ அருகில் இல்லை என்பது தெரியவரும் போது அழத் தொடங்கும். அதே போல அந்தத் தாய்க்கும் குழந்தையைத் தண்டிப்பதற்காக வலிமையைப் பயன்படுத்துவது சரியல்ல என்பது தெரியவில்லை. தன்னுடைய உணர்ச்சியை நெறிப்படுத்துவது குறித்து அவர் அறிந்திருக்கவில்லை. அடிப்பதுதான் சரியான அணுகுமுறை என்ற நம்பிக்கை வேரூன்றி இருக்கும் போது அவர் என்ன செய்வார் பாவம். கூடவே அன்றாட வாழ்வில் எதிர்கொள்ளும் அழுத்தங் களும் மனக் காயங்களும் சேர்ந்து குழந்தையை அடிப்பதுதான் தீர்வு என்ற நம்பிக்கையை ஊன்றி இருக்கலாம். இது பெண், ஆண் என இருபாலருக்கும் பொருந்தும்.

குழந்தையை அடிக்கும் உரிமை பெற்றோருக்கு உண்டு என்ற நம்பிக்கை சரியல்ல. தவறு செய்தவன் தண்டிக்கப்படவேண்டும் என்ற கோட்பாடு சரியல்ல. குழந்தை தவறு செய்தால் சொல்லிலோ செயலிலோ வன்முறையைக் காட்டாமல் பரிவோடு அணுகினால் பலனளிக்கும் என்பதை எடுத்துச்சொன்னால் அந்தத் தாயும் அவரைப் போன்ற மற்ற பெற்றோரும் புரிந்துகொள்வார்கள் என்பதில் சந்தேகமே இல்லை.

•

20. குற்றம்சாட்டுவதை எப்படித் தவிர்க்கலாம்?

வீடோ பொதுவெளியோ உறவுகளோ புதியவர்களோ இரு தரப்பினருக்கு இடையே தோன்றும் கருத்து முரண்பாடும் சச்சரவும் தீர்க்கவே முடியாத பெரும்பகையாகவோ வெறுப்பாகவோ போராகவோ வளரக் காரணம் என்ன? தீராப்பகை கொண்டு மனிதர்களும் இனங்களும் நாடுகளும் ஒருவரையொருவர் அழிப்பதே எல்லாவற்றுக்கும் தீர்வு என்ற எண்ணம் கொள்வது எதனால்? அரசியல், ஆதாயம் என ஆயிரம் புறக் காரணிகள் இருந்தாலும் மனிதனுக்கு மனிதன் முகம்கொடுத்து செவிசாய்த்து மனம்திறந்து பேச முடியாமல் போவது எதனால்?

ஒருவருக்கும் தன்னுடைய தேவைகளை அடுத்தவர் புரிந்துகொள்ளும் வகையில் தெளிவாகச் சொல்லும் திறனை வளர்த்துக்கொள்ளவேண்டும் என்பது தெரியவில்லை. அடுத்தவரின் தேவையை அறிந்து கொள்ளும் புரிந்துணர்வை வளர்த்துக்கொள்ள வில்லை.

பல குடும்பங்களில் பார்த்த விஷயமாகத்தான் இருக்கும். திருமணமாகி பத்து, இருபது, முப்பது, நாற்பது வருடங்கள் என ஒன்றாகக் குடும்பம் நடத்துவார்கள். பொறுப்பான இணையராகவும் பெற்றோராகவும் குடும்பத்தினரின் எல்லாத் தேவைகளையும் நிறைவேற்றுவார்கள். ஆனால் ஏதோ ஒரு விஷயத்தில் மனத்தாங்கல் ஏற்பட்டிருக்கும், அது காலத்துக்கும் மனதை உறுத்தும் முள்ளாக இருக்கும். சொல்லப்போனால் பல சந்தர்ப்பங்களில் அந்த ஒற்றை விஷயமே உறவின் தன்மையைத் தீர்மானிக்கும். வாழ்நாள் முழுவதும் இப்படி ஒரு பாரத்தைத் தூக்கிக்கொண்டு அலையவேண்டுமா என்ற கேள்வி எழும். ஆனால் எப்படித் தீர்வு காண்பது என்பது தெரியாமல் திணறுவார்கள்.

இந்தக் கதையைக் கேளுங்கள். அவர்களுக்குத் திருமணமாகி முப்பத்தைந்து வருடங்களாகிறது. இருவருக்கும் இடையே இருக்கும் ஒரே பிரச்னை பணம். திருமணமான புதிதில் இருவரும் சேர்ந்து குடும்பத்தின் வரவு செலவைச் செய்தனர், வங்கிக் கணக்கைப் பார்த்துக்கொண்டனர். ஆனால் மணமான முதல் வருடத்தில் வங்கியின் சேமிப்பில் இருக்கும் பணம் முழுவதையும் செலவழித்து விடுகிறார் மனைவி. அன்று முதல் வங்கிக் கணக்கையும் வீட்டின் வரவு செலவையும் தானே பார்க்கத் தொடங்குகிறார் கணவர். அவரைக் கேட்டுத்தான் எதையும் செய்யமுடியும் நிலைமையில் இருக்கிறார் மனைவி. அப்புறம் புகையாமல் என்ன செய்யும். முப்பத்தைந்து வருடமாக வாதமும் வழக்கும்தான். கணவரோ அசைந்துகொடுப்பதாக இல்லை.

இந்தப் பிரச்னைக்குத் தீர்வு காணமுடியுமா எனக் கேட்டால் கணவன், மனைவி இருவரும் தங்களின் தேவைகளைத் தெளிவாக எடுத்துச்சொல்ல முடிந்தால் நிச்சயம் பிரச்னை மாயமாக மறைந்துவிடும். ஆனால் யாரும் அடுத்தவரைக் குற்றம்சாட்டாமல் அவரைப் பற்றிய முன்முடிவுகளையும் தீர்ப்புகளையும் குத்திக்காட்டாமல் பேசவேண்டும். ஆனால் பேச்சுவார்த்தைகளைத் தலைகுப்புறக் கவிழ்ப்பதே இந்தத் தடைக்கற்கள்தான்.

'ஹூம்! அந்த மனுஷனைப் பற்றி எனக்குத் தெரியும். இத்தனை வருஷம் கூடவே இருந்திருக்கிறேன். பணம் பற்றிய எங்கள் இருவருடைய பார்வையும் தேவையும் வேறு வேறு. அதனால் இந்தப் பிரச்னையைத் தீர்க்கவே முடியாது. விடுங்கள்,' என்பது மனைவியின் கூற்றாக இருக்கும். கணவரின் தேவை என்னவாக இருக்கும் என்பதைப் பெரும்பாலும் மனைவியால் புரிந்துகொள்ள

முடிவதில்லை. மாறாக அவர் நடந்துகொள்ளும் விதத்தைப் பற்றிச் சொல்கிறார். 'வேறு என்னவாக இருக்கும். நான் எனக்குப் பிடித்த வழியில் பணம் செலவு செய்தால் அவருக்குப் பொறுக்காது. அவ்வளவுதான்,' எனப் புலம்புவார். 'இந்த விஷயத்தில் அவருடைய அப்பா மாதிரியே நடந்துகொள்வார். பணம் செலவு செய்தால் பிடிக்கவே பிடிக்காது,' என்பார். இது கணவர் எப்படி நடந்துகொள்கிறார் என்பது குறித்த அலசல். சரி, உங்களின் தேவை என்ன என நீங்கள்தான் சொல்லுங்களேன் என்று கணவனிடம் கேட்டால், 'அவள் ஒரு நல்ல மனைவி, சிறந்த தாய், ஆனால் பண விஷயத்தில் கொஞ்சமும் பொறுப்பில்லை,' என்று குற்றம்சாட்டுவார். தன்னுடைய தேவை என்ன என்பது அவருக்கே தெரியவில்லை.

இதுபோன்ற பல்வேறு சம்பவங்களை வாழ்க்கை முழுவதும் பார்த்தும் கேட்டும் அனுபவித்தும் இருப்போம். இது இந்த இணையரின் தனிப்பட்ட தவறல்ல. நாம் எல்லோருமே ஒருவரைப் பார்த்து மற்றொருவர் இதுபோலச் சிந்திக்கவும் பேசவும் கற்றுக்கொண்டிருக்கிறோம். இந்த உரையாடல்கள் சிறியது முதல் பெரியது வரை எந்தப் பிரச்னைக்கும் தீர்வுகாண முடியாத நிலைமையை உருவாக்குகின்றன. ஆனால் வன்முறையற்ற தகவல் பரிமாற்றச் செயல்முறை எந்த இக்கட்டான நிலைமைக்கும் தீர்வளிக்கும் என்கிறார்கள் உளவியல் வல்லுநர்கள்.

குடும்பத்தின் வரவுசெலவைத் தானே கையாளும் முடிவை எதனால் எடுத்திருப்பார் கணவர் என்று யோசிக்கவேண்டும். பொருளாதார ரீதியாகக் குடும்பத்தைப் பாதுகாக்கும் தேவை அல்லது அவசியம் அவருக்கு அச்சத்தை ஏற்படுத்தி இருக்கலாம். தனக்கான செலவுகள் குறித்து யாருக்கும் விளக்கம் தராமல் மனதுக்குப் பிடித்தவற்றைச் செய்யும் சுதந்திரம் வேண்டும் என்பது மனைவியின் தேவையாக இருக்கும். ஆனால் இருவராலும் தங்களின் உணர்ச்சியையும் தேவையையும் இன்னதென்று தெளிவாகப் புரிந்துமுடியவில்லை, அதனால் இணையரிடம் விளக்கிச் சொல்ல இயலவில்லை.

ஆக, நம்முடைய தேவை என்ன என்பதைத் தெளிவாகப் புரிந்துகொண்டு அதை அடுத்தவர்களிடம் எப்படி எடுத்துக் கூறுவது என்பதையும் கற்றுக்கொள்ளவேண்டும். இது இரு தரப்பினரிடையே ஏற்பட்டுள்ள முரண்பாட்டைக் களையும். அதைச் செய்யத்தெரியாத போது ஒருவரையொருவர் குற்றம் சாட்டுகிறோம். நெருங்கிய உறவுகளில் ஒருவரின் தேவையை

மற்றவர் புரிந்துகொண்டு அதற்கேற்றாற்போல நடப்பதை விடவும் வேறு பெரிய பரிசு இருக்கமுடியாது. அப்படிச் செய்வது எந்த உறவையும் நீடிக்கச் செய்யும்.

மனிதர்கள் எல்லோருக்கும் தேவைகளும் உணர்ச்சிகளும் ஒன்றுபோலதான் இருக்கின்றன. இந்த எளிய சூத்திரத்தை நினைவில் வைத்துக்கொண்டால் புரிதலை வெளிப்படுத்துவது எளிதாகிவிடும். எதிர்த்தரப்பினரின் தேவை என்ன என்பது தெளிவாகிவிட்டால் அதை நம்மால் நிறைவேற்ற முடியுமா, முடியாதா என்பதை வெளிப்படையாகத் தெரிவிக்கமுடியும். இருவருக்கும் ஒப்புதலான மற்றொரு தீர்வை அடையமுடியுமா என்று வேறு வழிகள் பற்றிச் சிந்திக்க முடியும். இப்போது சொல்லுங்கள், உறவுகளின் பிணைப்பை உறுதிப்படுத்த புரிந்துணர்வைத்தவிர வேறென்ன வேண்டும்.

•

21. எதிர்த்தரப்பினரைப் புரிந்துகொள்வது எப்படி?

‘**நா**ன் வன்முறையை எதிர்க்கிறேன். பார்ப்பதற்கு நன்மை பயப்பதைப் போலத் தோன்றினாலும் அதனால் விளையும் பலன் தற்காலிகமானது, தீமையோ நிரந்தரமானது.’ என்கிறார் அண்ணல் காந்தியடிகள்.

போரும் வன்முறையும் மனித வாழ்க்கையின்மீது அவை தொடுக்கும் கொடூரத் தாக்குதலும் தினசரி நிகழ்வாகிவிட்டது. தொலைக்காட்சியிலும் செய்தி ஊடகத்திலும் காணொளிகளையும் படங்களையும் பார்க்கையில் பதறுகிறோம், கலக்கமுறுகிறோம். இன்னொரு புறம் இவற்றைத் தொடர்ந்து பார்க்கையில் மனம் மரத்துப் போனதால் வன்முறையின் வலியையும் நம்மெல்லோரையும் ஒன்றிணைக்கும் மானுடத்தையும் உணரும் தன்மையை இழந்துவிட்டோம்.

பாதிக்கப்பட்டவர்கள் நம்மையொத்தவர்களாக இருந்தால் அவர்களின் நிலைமைக்குப் பரிதாபப் படுகிறோம். அவர்கள் நமக்கு ஒவ்வாத தத்துவத்தைக் கடைப்பிடிப்பவர்களாக இருந்தாலோ

அவர்களின் உயிரின் மதிப்பைக் கணக்கில் எடுத்துக்கொள்வதே இல்லை. மனிதர்களில் ஒரு சாராரை மனிதத்தன்மை அற்றவர் களாகவும் உயிரற்ற சடப் பொருட்களாகவும் இட்டுக்கட்டுவது மனித இனம் முழுவதையுமே அழிவை நோக்கித் தள்ளும் என்ற உண்மையை நாம் அறிந்துகொள்ளாதது துயரம். வன்முறைக்கு எதிரான கருத்தை முன்வைக்கத் தயங்கும்போது சமத்துவமும் அமைதியும் சகோதரத்துவமும் நிலவும் எதிர்காலத்தைக் கட்டமைக்கும் வாய்ப்பை இழக்கிறோம்.

உலக அளவில் சமத்துவமும் அமைதியும் சகோதரத்துவமும் நிலவச் செய்ய முதல்படி அவரவர் வீட்டில் இருந்தே தொடங்குகிறது. தினந்தோறும் சந்திக்கும் மனிதர்களிடம் எப்படிப் பேசிப் பழகுகிறோம் என்பதைக் கவனத்தில் கொள்ளவேண்டும். வன்முறையற்ற தகவல் பரிமாற்றச் செயல்முறை அமைதி என்னும் மொழியில் பேச உதவுகிறது. 'நமக்குள் உயிர்ப்புடன் இருக்கும் விஷயம் என்ன? வாழ்க்கையை அற்புதமானதாக மாற்ற நாம் என்ன செய்யலாம்?' என்ற இரண்டு கேள்விகளை அடிப்படையாகக் கொண்டு பேசும் போது நமக்குள் இயற்கையாகவே இருக்கும் பரிவுணர்வு வெளிப்படுகிறது. இது உறவுகளிலும் குடும்பங்களிலும் ஏற்படும் சிறிய பிணக்குகளை மட்டுமின்றி நாடுகளுக்கு இடையே நடக்கும் போர்களையும் தீர்க்க வல்லது என்கிறார்கள் உளவியல் வல்லுநர்கள்.

அமைதியான சூழலை ஏற்படுத்துவதற்கு முதலில் நம்முடைய மனப்பாங்கு, அடுத்தவர்கள் குறித்த நம் பார்வை, நம் தேவைகளை நிறைவேற்ற நாம் கையாளும் வழிமுறை ஆகியவற்றைச் சீராக்க வேண்டும். நாம் வாழும் உலகைக் குறித்த பார்வையையும் அதில் நாம் எப்படி இயங்குகிறோம் என்பதையும் மாற்றிக்கொள்ளும் முயற்சி சவாலானது, கடினமானது என்பதில் சந்தேகமே இல்லை. ஏனென்றால் நேர்மையாகவும் வெளிப்படையாகவும் உளமாரவும் பேசுவதோடு நம்முடைய கருத்துக்களை சரியான முறையில் வெளிப்படுத்தவும் கற்றுக்கொள்ள வேண்டியிருக்கிறது.

காலங்காலமாக எந்த ஒரு நிகழ்வையும் அச்சம், கடமையுணர்வு, நன்றிக்கடன், தீர்ப்பு, தண்டனை, வெகுமதி என்ற கோணங்களில் இருந்தே பார்த்து வந்திருக்கிறோம். நம் மன அடுக்குகளில் புதைந்திருக்கும் முன்முடிவுகளைக் களைவது சவாலான செயலென்றாலும் அதைச் செய்துமுடித்தால் அடையும் வெற்றி பெரியது என்பதை நினைவில்கொள்ளவேண்டும். எடுத்துக் காட்டாக, நம் உள்ளார்ந்த அல்லது வெளிப்படையான தேவைகளை நிறைவேற்றிக்கொள்ளும் நோக்கத்தோடு மட்டுமே மனிதர்கள்

அனைவரும் செயல்படுகிறோம் என்ற கருத்தை முழுமையாக நம்பத் தொடங்கினால், நம் ஒருவருக்கும் எதிரிகள் என்று யாருமே இல்லை என்ற உண்மை புலப்படும்.

நேற்று வரையில் ஒவ்வொருவரும் அவரவருக்குத் தெரிந்த வழிகளில் நம் தேவைகளை நிறைவேற்றிக்கொள்ளும் முயற்சியில் ஈடுபட்டு வந்திருக்கிறோம். இன்று முதல் வன்முறையற்ற தகவல் பரிமாற்றம் என்ற வாழ்வியல் கோட்பாட்டை வலுவாகப் பற்றிக்கொள்ளும் முயற்சியில் இறங்கவேண்டும். இது மற்றெந்த வழிமுறையைக் காட்டிலும் சிறப்பான பலன்களையும் மன அமைதியையும் தரும் என்பதில் சந்தேகமில்லை. ஒருவரை ஒருவர் குற்றம்சாட்டாமல் அவமானப்படுத்தாமல் வெறுக்காமல் இதைச் செய்யமுடிவது கூடுதல் சிறப்பு.

வன்முறையற்ற தகவல் பரிமாற்றச் செயல்முறையில் ஆழ்ந்த அகநிலைத் தன்மை பொதிந்திருப்பதை நீங்கள் உணரலாம். ஆனால் இது இறையுணர்வையோ ஆன்மீகத்தையோ வளர்க்க முயல்வ தில்லை. நமக்குள்ளும் நம்மைச் சுற்றியுள்ளவர்களிடத்திலும் உறையும் உயிர்ப்பான வாழ்க்கை ஆற்றலையும் மனிதத்தையும் உணர்ந்து செயல்பட உதவுகிறது.

உலகின் முக்கியமான எட்டு மதங்களில் அன்றாட வாழ்வில் பரிவை அதிகமாக வெளிப்படுத்துவது எந்த மதத்தினர் என்ற கேள்விக்கு விடை தேடினார்கள் சமூக உளவியல் ஆய்வாளர்கள். எல்லா மதங்களும் அன்பையும் பரிவையும் நேசத்தையும் போதிக்கின்றன என்பதைக் கண்டுபிடித்தார்கள். எல்லா மதத்தினரும் ஒன்று போலத்தான் பரிவை வெளிப்படுத்துகிறார்கள். எல்லா மதத்தைச் சேர்ந்த மக்களும் ஒருவருக்கொருவர் அன்பை வெளிப் படுத்துவதிலும் உதவி செய்வதிலும் மன நிம்மதியும் நிறைவும் அடைகிறார்கள். பல நேரங்களில், மத நம்பிக்கை கொண்டவர்களை விடவும் மதச் சார்பற்றவர்கள் பரிவோடு நடந்துகொள்கிறார்கள் என்பதையும் இந்த ஆய்வு முடிவுகள் தெரிவித்தன.

மதம், இனம், மொழி ஆகியவற்றின் அடிப்படையில் போரும் வன்முறையும் மிகுந்திருக்கும் காலத்தில் இதுபோன்ற ஆய்வு முடிவுகள் நம்பிக்கை அளிக்கின்றன. மதம், இனம், மொழி என்று வாழ்க்கையையும் மனதையும் குறுக்கிக்கொள்ளாத மனிதர்கள் மானுடத்தைத் தழைக்கச் செய்கிறார்கள். முன்னெப்போதையும்விட இந்தக் கூற்றில் இருக்கும் உண்மையை உணர்வதும் அதன்வழி நடக்க முயல்வதும் காலத்தின் தேவையாகிறது.

•

22. புரிந்துணர்வைத் தெரிவிப்பது எப்படி?

உங்களுக்கு நன்கு அறிமுகமான ஒருவர் தான் எதிர்கொள்ளும் சவால்களையும் சிரமங்களையும் துயரத்தையும் பகிர்ந்துகொள்கிறார். அதை எப்படி எதிர்கொள்வீர்கள்? என்ன சொல்வது என்று புரியாமல் சங்கடத்தில் நெளிவீர்களா? நீங்களும் அவரோடு சேர்ந்து கண்ணீர் விடுவீர்களா? அவரின் உணர்ச்சிப் பெருக்கைப் புரிந்துகொண்டு சொல்ல வருவதை முழுமையாகக் கேட்பீர்களா? அவருடைய பிரச்னை தீர ஆலோசனையும் அறிவுரையும் சொல்வீர்களா? இருவருக்கிடையே இருக்கும் நெருக்கத்தைப் பொறுத்து உங்களின் எதிர்வினை மாறும். என்றாலும் எப்படி ஆறுதல் சொல்லவேண்டும், எதைச் செய்யக்கூடாது என்பதை உளவியல் வல்லுநர்கள் விளக்குகிறார்கள்.

பெரும்பாலான நேரங்களில் என்ன நடக்கிறது என்பதை முதலில் பார்க்கலாம். நண்பர்களின் கூடுகை. இரண்டொருவர் குழுவில் இருந்து விலகித் தனியே அமர்ந்து மனம்விட்டுப்

பேசிக்கொண்டு இருந்தோம். எளிய குடும்பத்தில் பிறந்து வாழ்க்கையின் ஒவ்வொரு கட்டத்திலும் கடுமையாகப் போராடி வெற்றியை எட்டிப்பிடித்தவர் அந்த நண்பர். நிறைய பேருக்கு வழிகாட்டியாகவும் ஆலோசகராகவும் இருப்பவர். இத்தனை வருட நட்பில் அன்றுதான் தன்னுடைய நெருங்கிய உறவில் பல ஆண்டுகளாக எதிர்கொள்ளும் சிக்கலை விலாவாரியாகப் பகிர்ந்துகொண்டார்.

உணர்ச்சிவயப்பட்டதாலும் தன்னுடைய நிலைமை குறித்த பரிதாப உணர்வாலும் கண்ணில் நீர் சுரந்தது. சட்டென நெருங்கி அமர்ந்து அவருடைய தோளை ஆறுதலாகப் பற்றினேன். உடன் இருந்த இன்னொரு நண்பர் முதலாமவரின் நிலைமையைப் பார்த்துக் கண்கலங்கினார். 'எங்களுக்கெல்லாம் பக்கபலமாக இருக்கும் உன்னை இப்படியொரு நிலைமையில் பார்க்கமுடியவில்லை. இப்படியெல்லாம் பேசாதே,' என்று வருத்தம் தோய்ந்த குரலில் சொன்னார்.

நான் நண்பரைப் பார்த்து அமைதியான குரலில் 'உன் நிலைமை புரிகிறது. தொடர்ந்து சொல்,' என்றேன். இன்னும் சில விஷயங்களைப் பகிர்ந்துகொண்டார். இடையில் என்னுடைய சில அனுபவங்களையும் சொன்னேன். அவரின் துயரம் குறித்து முழுமையாகச் சொல்லி முடித்த பிறகு நிலைமையை எப்படிச் சமாளிக்கலாம் எனக் கேட்டார் நண்பர். எனக்குத் தெரிந்த சில வழிமுறைகளைச் சொன்னதோடு தேவையென்றால் தொழில்முறை உளவியல் வல்லுநரைத் தொடர்புகொள்ளுமாறு கூறினேன். உரையாடல் சில நிமிடங்கள் தொடர்ந்தது. பேசி முடித்ததும் கொஞ்சம் தெளிவு ஏற்பட்டிருப்பதாகச் சொன்னார் நண்பர்.

இந்த நிகழ்வை இதுவரை நாம் பேசிவந்த வன்முறையற்ற தகவல் பரிமாற்றச் செயல்முறையின் கோணத்தில் இருந்து அணுகலாம். அப்போதுதான் எப்படிப் புரிந்துணர்வை தெரிவிக்கலாம் எதைச் செய்யக்கூடாது என்பது தெளிவாகும். வலிமையானவர்கள் தங்களின் எளிதில் வடுப்படும் பக்கத்தை வெளிக்காட்டிக் கொள்ளவோ உணர்ச்சிவயப்படவோ கூடாது என்பது கட்டுக்கதை. மாறாக, உள வலிமை கொண்டவர்களே தங்களின் எளிதில் வடுப்படும் பக்கத்தை வெளிக்காட்டுகிறார்கள் என்பதுதான் உண்மை. தன்னுடைய வாழ்க்கையில் ஏற்படும் எல்லாவற்றுக்கும் தானே காரணம், அவை தனக்கு மட்டுமே ஏற்படும் தனிப்பட்ட சிரமம் என்ற எண்ணம் அவமான உணர்வைத் தோற்றுவித்து குறுகிப்

போகச் செய்கிறது. இந்த அவமான உணர்வு தொடர்ந்து எல்லா இடத்திலும் ஏற்படும் போது தன்னம்பிக்கை குறைகிறது. அச்சம் ஏற்படுகிறது.

ஆனால் இந்த உலகில் ஒவ்வொருவரும் ஏதோ ஒரு வகையில் துயரத்தையும் சவால்களையும் எதிர்கொள்கிறோம் என்ற புரிதல் அவமான உணர்வைக் களைகிறது. கூடவே அதைக் களைவதற்கான உதவியை நாட வைக்கிறது. இதனால் தீர்வு கிடைத்து நிறைவு ஏற்படுகிறது. எனவே யாராவது தங்களது பிரச்னைகளை நம்மிடம் பகிர்ந்துகொள்ள முயல்கையில் அவர்களைப் பேசவிடுவது அவசியம். அப்படித் தன்னுடைய கஷ்டங்களை மனம்திறந்து பகிர்ந்துகொள்ளும்போது எந்தவிதமான தீர்ப்பையும் தெரிவிக்காமல் உணர்ச்சிவயப்படாமல் அமைதியாகக் கேட்கவேண்டும்.

இந்த நிகழ்வில் முதலாமவரின் பகிர்தலின் போது இரண்டு நண்பர்களும் எப்படி எதிர்வினை ஆற்றினார்கள் என்பதையும் கூர்ந்து நோக்கவேண்டும். இருவரும் அனுதாபம் கொள்வது, புரிந்துணர்வைத் தெரிவிப்பது என்ற இரு வேறு நிலையில் இருந்து நண்பருக்கு ஆறுதல் தர முனைந்தார்கள். பெரும்பாலான நேரத்தில் இந்த இரண்டு நிலைகளுக்கும் இடையே இருக்கும் வித்தியாசத்தை புரிந்துகொள்ளத் தவறுகிறோம்.

பிரச்னையை எதிர்கொள்ளும் நபருக்கு நாம் தரக்கூடிய சிறந்த பரிசு என்ன தெரியுமா? அந்தக் கணத்தில் நம் கவனத்தை அவர் மீது குவித்து முழுமையான உணர்வு சார்ந்த தொடர்பை ஏற்படுத்திக் கொள்ளவேண்டும். என்ன சொல்லவருகிறார் என்பதைக் கூர்ந்து கவனிக்கவேண்டும். கடந்த காலத்தைப் பற்றியோ அடுத்து என்ன பதில் சொல்லலாம் என்றோ சிந்தித்தோம் என்றால் நம்முடைய இருப்பு முழுமையாக இல்லை என்று பொருள். அத்தோடு அந்தப் பிரச்னைக்கு அறிவுசார்ந்த விளக்கத்தைத் தர முற்படுவது முழுமையான புரிந்துணர்வு ஏற்படத் தடையாகிறது.

அதே போல, அனுதாபப்படும் போது அடுத்தவரின் உணர்ச்சி களையும் வலிகளையும் உணரத் தொடங்குகிறோம், நாமும் துயருறுகிறோம். இது அவருக்கு எந்த விதத்திலும் உதவியாக இருப்பதில்லை என்பதோடு கவனத்தை நம் மீது திருப்பிவிடுகிறது. பிரச்னையைப் பகிர்ந்துகொள்பவர் அனுதாபப்படுபவரின் வலியைப் போக்கும் முயற்சியில் ஈடுபடும் அவலநிலை ஏற்படுகிறது. மாறாக அவர் சொல்வதைப் புரிந்துணர்வோடு

கேட்கையில் ஒத்த உணர்வலைகளை ஏற்படுத்தி இருவரையும் பிணைக்கிறது. அந்தக் கணத்தில் அவரின் தேவை என்ன என்ற புரிதலைத் தருகிறது. இந்தப் புரிந்துணர்வை ஒரு வார்த்தைகூடப் பேசாமல் அமைதியின் மொழியிலேயே வெளிப்படுத்திவிடலாம் என்பதுதான் உண்மை. அதுவே அவரின் தேவையை நிறைவு செய்துவிடும்.

புரிந்துணர்வை வெளிப்படுத்தும் போது அடுத்தவர் சொல்ல வந்ததை முழுமையாகச் சொல்லி முடிக்கும் வரை காத்திருப்பதும் அவசியமாகும். பெரும்பாலும் இதை உடல்மொழியின் மூலம் தெரிவிப்பார்கள். அல்லது உணர்ச்சிப்பெருக்கும் உள வலியும் தணிந்து இளைப்பாறுவார்கள். தொடர்ந்து பேசினால் இன்னும் அதிகமான புரிந்துணர்வு தேவைப்படுகிறது என்பது பொருள்.

சில நேரங்களில் நம்முடைய எதிர்வினை என்ன என்றும் தெரிந்துகொள்ள அவர் முற்படலாம். வெளிப்படையாகக் கேட்கும் சந்தர்ப்பத்தில் அதைச் சொல்வதில் தவறில்லை. ஆனால் இங்கேயும் அனுதாபத்தைத் தெரிவிக்காமல் இருப்பது முக்கியம். சில நேரங்களில் உங்களுடைய ஆலோசனையையோ அறிவுரையையோ அவர் எதிர்பார்க்கலாம். வாய்விட்டுக் கேட்டால் அறிவுரை வழங்குவதில் தவறில்லை.

ஒன்றை மட்டும் நினைவில் கொள்ளுங்கள். நம் குழந்தைகள், பெற்றோர், இணையர் இவர்களில் யாரவது ஏதேனும் பிரச்னை என்று நம்மிடம் வந்தால் அறிவுரை வழங்கவேண்டும் என்ற தணிக்க முடியாத ஆவலைக் கட்டுப்படுத்திக்கொள்வது அவசியம். ஒரு முறைக்கு மூன்று முறை கேட்டுவிட்டு பிறகு வேண்டுமென்றால் சொற்பொழிவு ஆற்றுங்கள். ஏனெனில் நெருங்கிய உறவுகளில் புரிந்துணர்வை விடுத்து நேரடியாக அறிவுரை அல்லது ஆலோசனை வழங்குதல் என்ற இறுதி நிலைக்குச் சென்றுவிடுகிறோம். அது சரியான அணுகுமுறையல்ல.

•

23. துயரத்துக்கு முதலுதவி தருவது எப்படி?

ஒருவர் தன்னுடைய துயரங்களையும் வாழ்க்கைச் சிக்கல்களையும் நம்முடன் பகிர்ந்துகொள்ளும் போது புரிந்துணர்வை எப்படித் தெரிவிக்கலாம் என்பதைப் பற்றி சென்ற அத்தியாயத்தில் பார்த்தோம். அனுதாபம் கொள்வதற்கும், புரிந்துணர்வைத் தெரிவிப்பதற்கும் இடையே இருக்கும் வித்தியாசத்தை அறிந்துகொள்வது அவசியம். கூடவே, அடுத்தவர் என்ன சொல்கிறார் என்பதைக் கூர்ந்து கேட்பது முக்கியம். அந்தக் கணத்தில் அவர் சொல்லவருவதைக் கேட்கும் இருத்தல் என்ற நிலை எல்லோருக்கும் கைவருவதில்லை.

பெரும்பாலும் ஒரு விஷயத்தைப் பற்றிப் பேசுகையில் அதனோடு தொடர்புடைய மற்ற விஷயங்களுக்கு மனம் தாவும். அல்லது ஒன்றை விளக்குவதற்காகச் சொல்லும் எடுத்துக்காட்டைப் பிடித்துக்கொண்டு அங்கிருந்து வெவ்வேறு பாதைகளில் பயணிக்கும். மீண்டும் முதலில் பேசத் தொடங்கிய விஷயத்துக்கு வருவதற்குச்

சிரமப்படும். இதற்குப் பல காரணங்கள் இருக்கலாம். பேசும் போது நடக்கும் அதே விஷயம்தான் கேட்கும் போதும் நிகழ்கிறது.

அடுத்தவர் பேசுவதற்கு என்ன பதில் சொல்லலாம் என்பது ஒரு பக்கம். இன்னொரு பக்கம் பழைய நிகழ்வுகளை மனம் அசை போடத் தொடங்கும். இவற்றோடு இன்னொரு முக்கியமான காரணமும் இருக்கிறது: அடுத்தவரின் வலிமிகுந்த அனுபவத்தைக் கேட்கும்போது நாம் பாதிக்கப்படுகிறோம். உடல் வலியைப் போலவே உள வலியையும் நம்மால் தாங்கமுடிவதில்லை. அந்த வலியை உணராமல் இருப்பதற்காகக் கவனத்தைச் சிதறவிடுகிறோம்.

ஒருவர் தன்னுடைய சிரமத்தையும் துயரத்தையும் பகிர்ந்து கொள்கையில் பேசாமல் கேட்டுக்கொண்டிருப்பதை விடவும் அந்தச் சூழலுக்கு ஏற்றவாறு பதில் சொல்வதும் பேசுவதும் ஆறுதலைத் தரும். 'உன் நிலைமை புரிகிறது,' என்றோ 'உன் பிரச்னை மிகுந்த வேதனையைத் தருகிறது,' என்றோ சொல்வதில் தவறில்லை. அது இருவருக்கும் இடையே பிணைப்பை ஏற்படுத்துகிறது. நடந்ததைத் தெளிவுபடுத்திக்கொள்ள மேற்கொண்டு சில கேள்விகளும் கேட்கலாம். ஆனால் இவற்றை எல்லாம் ஏதோ வழிமுறையைச் செயல்படுத்துவது போல இயந்திரத்தனமாக இல்லாமல் இயல்பான புரிந்துணர்வோடு செய்வது முக்கியம். பல நேரங்களில் இப்படிக் கேள்விகேட்பதும் தெளிவுபடுத்திக்கொள்வதும் கவனமாகக் கேட்கிறோம் என்ற நம்பிக்கையை அவர்களுக்குத் தருகிறது. இப்படி புரிந்துணர்வைத் தெரிவிக்கையில் அவருடைய பிரச்னைகளை நம்முடையதாக ஆக்கிக்கொள்வதில்லை. மாறாக, அந்த நேரத்தில் அவருடன் இணைந்திருக்கிறோம், அவ்வளவே.

துயரத்தைப் பகிர்ந்துகொள்பவர் முழுமையாகப் பேசி முடிக்கும் வரையில் பொறுமையாக இருப்பது அவசியம். இடையிடையே பேசுவதை நிறுத்தித் தன்னுடைய எண்ணங்களை ஒன்று கோர்க்கும் முயற்சியில் அந்த நபர் ஈடுபடலாம். நீண்ட நேரம் மௌனமாக இருந்தால் அதில் விரவி இருக்கும் நிம்மதியை நம்மால் எளிதில் உணரமுடியும். அப்படியொரு கணத்தில் சில நொடிகள் காத்திருந்து இன்னும் ஏதேனும் சொல்ல விரும்புகிறாரா என்று கேட்கலாம். அவர்மீது இருக்கும் கவனத்தைத் திடீரென்று விலக்கக்கூடாது. பெரும்பாலும் தான் சொல்வதைக் காதுகொடுத்துக் கேட்கவும் தன்னுடைய நிலைமையை முழுவதுமாகப் புரிந்துகொள்ளவும் ஒருவர் இருக்கிறார் என்பதே ஆறுதலாக அமையும்.

சில நேரம் ‘நான் சொல்வது புரிகிறதா?’ என்றோ ‘என் நிலைமை புரிகிறதா?’ என்றோ நம்மைப் பார்த்துக் கேட்கலாம். அப்போது வெளிப்படையாகப் பேசுவது அவசியம். புரியவில்லை என்றால் கேள்விகேட்டுத் தெளிவுபடுத்திக்கொள்ளலாம். இல்லையெனில் அவர்களின் துயரத்தின் தீவிரத்தையோ முக்கியத்துவத்தையோ நாம் புரிந்துகொள்ளவில்லை என்ற எண்ணமும் விரக்தியும் ஏற்படும். இறுதியாக அவர் இதுவரை நம்மிடம் பகிர்ந்துகொண்ட சிக்கல் அல்லது துயரம் குறித்த நம்முடைய கருத்தையோ எண்ணத்தையோ தெரிந்துகொள்ள விருப்பமா என்பதைக் கேட்டு அதன்படி நடப்பதும் அவசியமாகிறது.

சிக்கலைத் தீர்ப்பது குறித்து உங்கள் ஆலோசனையைக் கேட்டால் அதற்கான தொழில்முறை வல்லுநர்களைச் சந்திக்குமாறு வழிகாட்டுவது நல்லது. அனுபவமின்மையால் தவறான ஆலோசனையைச் சொல்வது மோசமான விளைவை ஏற்படுத்தலாம். வேண்டுமென்றால் இதே போன்ற சிக்கலை நீங்களோ உங்களுக்கு அறிமுகமானவர்களோ எதிர்கொண்டபோது என்ன செய்தீர்கள் என்ற அனுபவத்தைப் பகிர்ந்துகொள்ளலாம். அவரவர் வாழ்க்கைச் சூழல், மனநிலை ஆகியவற்றைப் பொறுத்தே அவர்கள் எடுக்கும் முடிவுகளும் அமையும் என்பதை நினைவில்கொள்ளவேண்டும்.

புரிந்துணர்வோடு கேட்கும் நேரத்தில் அவருடைய பிரச்னையோடு ஒன்றிப்போவதும் சரியல்ல. சில நேரம் மனம் நெகிழ்ந்து உணர்ச்சிவசப்படலாம், தழுதழுக்கும் குரலில் பேசலாம். ஆனால் இவை எல்லாமே பேசுபவருக்குக் கூடுதல் பாரத்தை ஏற்படுத்து கின்றன. கவனம் நம் மீது திரும்பி நம்மை ஆறுதல்படுத்தும் சுமையை அவர் ஏற்றுக்கொள்ள வேண்டியிருக்கும். துயருற்ற காலத்தில் இப்படியொரு நிலைமையை எதிர்கொள்வதை எவரும் விரும்புவதில்லை.

சில வருடங்களுக்கு முன்னால் நடந்த சம்பவம் ஒன்று. அந்த நண்பரின் தாய்க்கு உடல்நிலை சரியில்லை. மருத்துவர்கள் கைவிட்ட நிலை. நண்பர் வயதில் இளையவர். வாழ்க்கையில் இன்னமும் காலூன்றாத நேரம். எல்லாமே பறிபோன நிலைமையில் மனம் அலைக்கழிந்தார். குடும்பத்தில் எல்லோருமே துயரத்தில் மூழ்கியிருந்தார்கள். தன்னுடைய துயரத்தை வெளிப்படுத்த முடியாமல் பரிதவித்த நண்பர் தன்னுடைய நெருங்கிய உறவினர் ஊரில் இருந்து வருவதற்காகக் காத்திருந்தார். வந்ததும் மனதில்

இருந்த பாரத்தையெல்லாம் கொட்ட வாயைத் திறப்பதற்கு முன்னர் உறவினர் அழுது புலம்பத் தொடங்கினார், மயங்கி விழுந்தார். எல்லோரின் கவனமும் ஆற்றலும் உறவினரின் உடல்நிலையைச் சரிசெய்வதிலும் அவரை ஆற்றுப்படுத்துவதிலும் கழிந்தது. இதைப் போன்ற நிலைமையை நாமும் சந்தித்திருப்போம். நம்முடைய துயரத்தை மறைத்துக்கொண்டு வந்தவருக்கு ஆறுதல் சொல்லும் இடத்தில் இருக்கும் அவலநிலை ஏற்பட்டிருக்கும்.

அன்றாட வாழ்வின் அவலத்தோடு போரும் வன்முறையும் மனித வாழ்க்கையை குலைத்துப்போடும் சூழலில் சிக்கியிருக்கிறோம். ஒருவருக்கொருவர் ஆறுதலாக இருக்கக் கற்றுக்கொள்வதோடு மனமுதிர்ச்சியுடன் நடக்கும் பக்குவத்தையும் வளர்த்துக்கொள்ள வேண்டும். அடுத்தவர்களின் துயரத்தையும் பிரச்னையையும் புரிந்துணர்வோடு அணுகி அரவணைப்பைத் தருவது உளவியல் முதலுதவியாக அமையும். அந்த முதலுதவியைத் தரும் வழிமுறைகளை நாம் ஒவ்வொருவரும் கற்றுக்கொள்வது வாழ்க்கை அத்தியாவசியங்களில் ஒன்றாகும்.

•

24. இணக்கமான உரையாடலை நிகழ்த்துவது எப்படி?

பொதுவாகவே ஒருவரோடு பேசும்போது நேர்மறையான இணக்கமான புரிதலோடு கூடிய உரையாடலை நிகழ்த்துவது ஒரு கலை. ஆனால் பெரும்பாலானோர் செய்வது என்ன? இயல்பான உரையாடலுக்கு நடுவே வம்பை வளர்த்தும் விதமாகப் பேசி வீண் பிரச்னைகளை கிளறி அடுத்தவரின் மனதைப் புண்படுத்துகிறோம். இப்படிப் பேசுவதற்கு பேசாமலேயே இருக்கலாமே என்றுகூடச் சில நேரம் தோன்றும்.

பெற்றோரில் ஒருவரை இழந்து கொடுந்துயரில் உழன்று கொண்டிருந்தார் நண்பர். பெற்றோரைப் பார்த்துக்கொள்ள உடன்பிறந்தோரின் ஒத்துழைப்பு இல்லை. அதுமட்டுமின்றி சொத்தைச் சுருட்டத் திட்டம் போடுகிறார் என்று ஊரெல்லாம் நண்பரின்மீது குற்றச்சாட்டைப் பரப்பியிருந்தார்கள் உடன்பிறந்தோர். பெற்றோரை இழந்த துயரத்தோடு இந்தக் கேள்விக்கும் சேர்த்து பதில்

சொல்லவேண்டிய கொடுமைக்கு ஆளானார் நண்பர். அந்த நேரத்தில் தூரத்து உறவினர் அலைபேசியில் அழைத்தார். பெற்றோரின் மறைவு குறித்து விசாரித்ததோடு உடன்பிறந்தோரின் குற்றச்சாட்டைப் பற்றியும் பேசினார் உறவினர். மனம் வெதும்பிப் போயிருந்த நண்பர் மனக்குமுறலைக் கொட்டித் தீர்த்துவிட்டார். உடன்பிறந்தோர் செய்த சில விஷயங்களைப் பற்றியும் பேசினார்.

இது நடந்து கிட்டத்தட்ட மூன்று நான்கு வருடங்கள் கழித்து வேறு ஏதோ விஷயத்துக்காக நண்பரை அழைத்தார் அதே உறவினர். பேசத் தொடங்கியதும் அடுத்த கேள்வியே இப்போது உங்கள் உடன்பிறந்தவர்களோடு உறவு எப்படி இருக்கிறது என்பதுதான். இதை எதற்கு இப்போது கேட்கிறார் என்று நண்பருக்குத் தோன்றியது. ஒருவாறாக சுதாரித்துக் கொண்டு பதில் சொன்னார். ‘பெற்றோரை இழந்த நேரத்தில் உடன்பிறந்தோரின் செயல்களைப் பற்றி ஊரெல்லாம் பேசியபோது நீங்களும் அதைப் பற்றிப் பேசினீர்கள். நானும் துயரத்தை உங்களிடம் கொட்டி இருக்கலாம். அதற்காக அதைப் பற்றி இப்போது கேட்பது சரியாகப் படவில்லை. அந்தக் காலத்தையும் விஷயத்தையும் நான் கடந்துவிட்டேன், அது குறித்து இப்போது பேசுவதில் விருப்பமில்லை,’ என்றார் நண்பர். நட்பு அல்லது உறவின் எல்லையைத் தெளிவாகவே சுட்டிவிட்டார் என்றாலும் உறவினரின் பேச்சு நண்பரின் மனதைப் பாதித்தது.

நம்மில் பலரும் நண்பரின் நிலைமையில் இருந்திருப்போம். கடந்தகால விஷயங்களைக் கிளறிவிடுவது போல யாராவது பேசினால் என்ன சொல்வது எப்படி எதிர்வினையாற்றுவது என்று புரியாமல் திணறுவோம். சில நேரங்களில் இந்தத் தவறை நாமே கூடச் செய்திருக்கலாம். அடுத்தவரின் தனிப்பட்ட பிரச்னை குறித்து அவர்களாகவே சொன்னால் ஒழியக் கேட்கக் கூடாது என்பது அடிப்படை நாகரிகம். ஆடை, உணவு விஷயத்தில் புதிய நாகரிகத்தை மனம் உவந்து ஏற்றுக்கொள்ளும் நாம் மனித மனங்களைப் புரிந்துகொண்டு நாகரிகமாக நடப்பதில் பின்தங்கி இருக்கிறோம் என்பது உண்மை.

இயல்பான அரட்டையில்கூட குத்தல் பேச்சும் கேலியும் நையாண்டியும் பொங்கப் பேசி அடுத்தவருக்கு மனக்காயத்தை ஏற்படுத்தும் வழக்கமும் நம்மிடம் இருக்கிறது. இந்தச் சம்பவத்தைக் கேளுங்கள். மாலை நேர நடைப் பயிற்சியின் போது எனக்கு முன்னால் நடந்துகொண்டிருந்த இரண்டு பெண்களின் பேச்சைக் கேட்கும் கட்டாயம் ஏற்பட்டது. இருவரின் மகள்களும்

அமெரிக்காவில் வசிக்கின்றனர். முதலாமவரின் மகள் குக்கரும் அதற்குள் சோறு பொங்க வைக்கும் பாத்திரமும் கேட்டிருப்பார் போல. 'அலைந்து திரிந்து வாங்கினேன்,' என்றார். இரண்டாமவரோ 'அவர்கள் என்ன தினமும் சோறா சமைக்கிறார்கள்? தனியாகப் பாத்திரம் எதற்கு? மூடி இல்லாத சம்படத்தைக் கொடுத்து அனுப்பி விடுவதுதானே,' என்றார். இப்படி முதலாமவர் சொன்ன ஒவ்வொரு விஷயத்துக்கும் ஏதாவதொரு மாறுபட்ட கருத்தைச் சொல்லியபடி இருந்தார் இரண்டாமவர். இதையெல்லாம் கேட்ட எனக்குச் சிரிப்பு வந்தது. முதலாமவரின் மனநிலை எப்படி இருந்தது என்பதைத் தெரிந்துகொள்ள முடியவில்லை.

இரண்டாமவர் சொன்னவை எல்லாம் நல்ல உத்தியாகவே இருக்கலாம். இருந்தாலும் அடுத்தவர்கள் சொல்லும் ஒவ்வொன்றுக்கும் எதிர்க்கருத்தைச் சொல்லும் பழக்கம் பலரிடம் இயல்பாகவே இருப்பதைக் கவனித்திருப்போம். கேட்காமலே அறிவுரையை அள்ளி வீசுவது சரியான போக்கா? இப்படி எதிர்க்கருத்துச் சொல்லுவது எரிச்சலையும் மன உளைச்சலையும் தருவதோடு உறவில் விரிசலை ஏற்படுத்தும்.

வன்முறையற்ற தகவல் பரிமாற்ற அணுகுமுறையில் கேலி, குத்தல், நையாண்டிப் பேச்சு, அடுத்தவரின் விவகாரத்தில் தேவையற்ற தலையீடு, சங்கடமூட்டும் கேள்விகள் இவை எல்லாமே வன்முறை எனப்படுகிறது. உங்களுக்கு வேண்டுமானால் நகைச்சுவையாகவோ இயல்பான பேச்சாகவோ தோன்றலாம். ஆனால் அடுத்தவருக்கு வலியூட்டும் எதுவுமே வன்முறைதான். நாம் எத்தனை விளக்கம் கொடுத்தாலும் அது சரியான போக்கல்ல.

இப்படி ஒரு வழிமுறையைக் கடைப்பிடிக்கும் கட்டாயம் ஏற்பட்டால் நம்மில் பல பேர் வாயைத் திறக்கவே முடியாது. அந்த அளவுக்கு அன்றாட வாழ்க்கையில் குத்தலும் எரிச்சலும் நிறைந்த பேச்சு இயல்பாகிவிட்டது. நாம் ஒவ்வொருவரும் அத்தனைக் காயப்பட்டிருக்கிறோம். அந்த வலியை ஆற்றிக்கொள்ளும் வழி தெரியாததால் வன்முறை நிறைந்த பேச்சின் மூலம் அடுத்தவருக்குக் கடத்துகிறோம் என்கிறார்கள் உளவியல் வல்லுநர்கள்.

இதற்கு என்னதான் தீர்வு? முதலில், நாம் பேசும் ஒவ்வொரு சொல்லையும் சிந்தித்துப் பேசவேண்டும். இரண்டாவதாக, சீண்டல், குத்தல் பேச்சைத் தவிர்க்கவேண்டும். மூன்றாவதாக, தேவையில்லாமல் ஒருவரைக் குற்றம்சாட்டுவது கூடாது. அதற்காக நம்மை யார் என்ன சொன்னாலும் கேட்டுக்கொண்டு அமைதியாக

இருக்கவேண்டும் என்பதல்ல. முதல் சம்பவத்தில் நண்பர் உறவினரிடம் செய்தது போல அவரவர் எல்லைகளைத் தெளிவாக வரையறுக்க வேண்டும். அந்த எல்லையைத் தாண்டுபவர்களிடம் அமைதியாகவும் உறுதியாகவும் சுட்டிக்காட்டத் தயங்கக்கூடாது. இந்தச் செயல்முறையினால் காலப்போக்கில் மன அமைதி ஏற்படுவதை உணரமுடியும். முயற்சி செய்து பாருங்களேன்.

•

25. தன்முக அன்பு செய்வது சுயநலமா?

ஊராருக்கு நல்லது செய்யவேண்டும், எல்லோரிடமும் பரிவோடும் புரிதலோடும் பழகவேண்டும், பெரியவர்களிடம் மரியாதையாக நடக்கவேண்டும், இன்னா செய்தாருக்கு நன்னயம் செய்யவேண்டும் போன்ற அறிவுரைகளைப் பல பேர் சொல்லக் கேட்டிருப்போம். ஆனால் தன்முக அன்பு செய்தல், தனக்குத் தானே புரிதலைக் காட்டுதல் ஆகியவை குறித்து அதிகம் கேட்டிருக்கவோ படித்திருக்கவோ மாட்டோம்.

நமக்கு நாமே அன்பு செலுத்துவதா? நமக்கு நாமே புரிதலைத் தெரிவிப்பதா? இது என்ன புதுக்கதை என்று கேட்கிறீர்களா? வாழ்க்கை முழுவதும் நம் கூடவே இருக்கும் ஒரே நபர் நாம் மட்டுமே. அப்படிப்பட்ட முக்கியத்துவம் வாய்ந்த நபரிடம் அன்பையும் பரிவையும் புரிதலையும் காட்டுவதும் நட்புறவைப் பேணுவதும் அவசியம் அல்லவா. ஆனால் பாருங்கள், அடுத்தவரிடம் வெளிப் படுத்தும் பரிவிலும் புரிதலிலும் நூறில் ஒரு பங்கைக்கூட நமக்கு நாமே காட்டிக்கொள்வ தில்லை.

நண்பரோ தெரிந்தவரோ தவறு செய்கிறார்கள் என்று வைத்துக்கொள்வோம். அது குறித்துக் கோபம் ஏற்பட்டாலும் அவர்களின் செயலினால் பாதிக்கப்பட்டாலும் போனால் போகிறது என்று மன்னித்துவிடுவோம். வேலையைச் சரியாகச் செய்யவில்லை என்றால் ‘அடுத்த முறை பார்த்துக்கொள்ளலாம் விடு,’ என்போம். ஆனால் இதே தவறை நாம் செய்தாலோ உள்ளே ஒரு சிறிய குரல் நம்மைக் குற்றம் சொல்லிக்கொண்டே இருக்கும், இடித்துரைக்கும். இப்படிப் பேசிவிட்டாயே என்றோ இப்படிச் செய்துவிட்டாயே என்றோ ஒலித்துக்கொண்டே இருக்கும். இந்தக் குரலை உள்ளுறை விமர்சகர் என்று அழைக்கிறார்கள் உளவியல் வல்லுநர்கள். வெளியில் இருந்து ஒலிக்கும் மற்றவர்களின் குரலைக் காட்டிலும் உரத்துப் பேசும் ஆற்றல் வாய்ந்தது இக் குரல். பெரும்பாலான நேரத்தில் நம்மை நிலைகுலையச் செய்துவிடும். இதன் சாடலால் உறக்கமின்றித் தவித்திருப்போம்.

உள்ளுறை விமர்சகரின் குரல் நம்மை வழிநடத்த உதவும் நன்மை பயக்கும் மனசாட்சி அல்ல. நம்மைக் குறை சொல்லும் இந்தக் குரல் வயதில் மூத்த உறவினர் அல்லது நெருங்கிய மனிதரின் குரலாக இருக்கலாம். இளவயதில் நம் மீது தாக்கத்தை ஏற்படுத்திய, அச்சமூட்டிய குரலாக இருக்கும். பல சந்தர்ப்பங்களில் என்ன செய்வது என்று புரியாமல் உறைந்து நிற்கச் செய்யும்.

இந்தக் குரலை மழுங்கடிக்க என்ன செய்யவேண்டும்? நமக்கு நாமே ஆறுதலாகப் பேசவேண்டும். அடுத்தவருக்குக் காட்டும் புரிதலை நமக்கு நாமே தெரிவிக்கவேண்டும். நம்முடைய முன் அனுபவங்களும் கடந்தகாலமும் இணைந்தே நிகழ்கால செயல்களுக்கு அடித்தளமாக இருக்கின்றன. எனவே பரவாயில்லை, அன்று அப்படி நடந்ததால்தானே இன்று இப்படிச் செய்தாய் என்று தட்டிக்கொடுக்கலாம். இப்படியான புரிதலை நமக்கு நாமே காட்டும் போது தன்முக அன்பு வெளிப்படுகிறது.

இன்னொரு முக்கியமான செயலையும் நாம் செய்யவேண்டி இருக்கிறது. எந்த விஷயமானாலும் நம்முடைய தேவைக்கும் முக்கியத்துவம் அளிக்கவேண்டும். இதுவரையில் நமக்கு உருவேற்றப்பட்ட பாடத்தில் இருந்து இது பெருமளவில் மாறுபட்ட கருத்தாகத் தோன்றும். ஏனெனில் எப்போதும் மற்றவர்களின் தேவைக்கு முக்கியத்துவம் அளிப்பதுதான் சரியான போக்கு என்றே நம்பச் செய்திருக்கிறார்கள். சிறிய குழந்தை என்றாலும் பெரியவர்களுக்கு விட்டுத்தர வேண்டும். வீட்டுக்கு வரும்

விருந்தாளிகளுக்கு விருந்தோம்பல் செய்யவேண்டும். தன்னலமின்றி சேவை ஒன்றையே குறிக்கோளாகக் கொள்ள வேண்டும் என்பதெல்லாம் நிலப்பிரபுத்துவ காலத்தின் கோட்பாடுகள். தனிமனிதனின் உரிமை, விருப்பு வெறுப்பு எல்லாவற்றையும் நசுக்கும் தன்மைகொண்டவை.

மனதில் இருக்கும் ஆசையையும் எதிர்பார்ப்புகளையும் மறைத்துக்கொண்டால் மகிழ்ச்சிக்கு இடமில்லாமல் போகும், அப்புறம் வெறும் நடைப்பிணமாக மட்டுமே இருக்கமுடியும். ஆகவே நமக்கு இன்னது பிடிக்கும், பிடிக்காது என்பதை நேர்மையோடும் மரியாதையோடும் தெரிவிப்பது அவசியம். தெரிவிப்பதோடு நின்று விடாமல் நமக்குப் பிடித்த விஷயங்களைச் செய்யவும் வேண்டும். பிடிக்காதவற்றை அடுத்தவர்களுக்கு மகிழ்ச்சி ஊட்டுவதற்காக மட்டுமே செய்வது மகிழ்ச்சியைக் கொன்றுவிடும். உயர்ப்பில்லாத மனிதனாக வாழ்வது சரியா என்று உங்களை நீங்களே கேட்டுக்கொள்ளுங்கள்.

இதனோடு நாம் சேர்த்து செய்யவேண்டிய முக்கியமான விஷயம், நமக்கும் பிறருக்கும் இடையே ஆரோக்கியமான எல்லைக் கோடுகளை வரையறுப்பது. பெரும்பாலும் இது குறித்து யாரும் சொல்லித்தருவதில்லை. யார் வேண்டுமானாலும் யாரிடம் வேண்டுமானாலும் எதைப் பற்றியும் கேள்வி கேட்கலாம் என்ற மனப்பான்மையோடு வாழ்கிறோம். கொஞ்சமும் நாசூக்கின்றி அடுத்தவர்களின் வெளியில் புகுந்து மனதைப் புண்படுத்துகிறோம். அவர்களின் தனிப்பட்ட வாழ்க்கையில் அத்துமீறி நுழைந்து நம் கருத்துக்களே சரியானவை என்று அவற்றின் அடிப்படையில் மதிப்பெண் அளிக்கிறோம்.

சமீபத்தில் தமிழ்நாட்டின் பிரபல நடிகர் ஒருவரின் தந்தை தனியே பிறந்தநாளைக் கொண்டாடினார் என்ற செய்தி ஊடகத்தில் வெளியானது. உடனே அது குறித்து பலரும் அலசி ஆராய்ந்தனர். தந்தைக்கும் மகனுக்கும் இடையே என்ன நடந்திருக்கும் என்று ஊகித்தனர். பொதுவாழ்வுக்கு வந்துவிட்ட ஒரே காரணத்தால் தந்தை, மகனுக்கு இடையே இருக்கும் உறவின் நுட்பங்கள் பற்றி நமக்குத் தெரியும் என்று நினைப்பது எவ்வளவு தவறான செயல் என்பது ஒருவருக்கும் புரிந்ததாகத் தெரியவில்லை, இப்படித்தான் பல விஷயங்களில் நடக்கிறோம்.

இதைச் சரிசெய்வதற்கு எல்லைக்கோடுகளைச் சரியாகவும் தெளிவாகவும் வகுக்கவேண்டும் என்று பரிந்துரைக்கிறார்கள்

உளவியல் வல்லுநர்கள். நம்மைப் பற்றி யார், எப்படி, எவ்வளவு பேசலாம், என்ன கேள்விகளைக் கேட்கலாம் என்பதைப் பொது வாழ்க்கையில் இருக்கும் பிரபலமான மனிதர்கள் வரையறுக்க முடியாமல் போகலாம். ஆனால் தனிப்பட்ட வாழ்வில் அதைச் செய்யமுடியும். அத்துமீறுபவர்களை அந்தக் கேள்வியைத் தவிர்க்குமாறு தெரிவிக்கலாம். என்ன காரணத்துக்காக அந்தக் கேள்வியை என்னிடம் கேட்டீர்கள் என்று உண்மையான ஆவலோடு கேட்கலாம். எனக்கு அந்தக் கேள்விக்கு பதில் சொல்லப் பிரியமில்லை என்று சொல்லலாம். வேறு விஷயம் ஏதாவது இருந்தால் பேசலாம் என்று சுட்டிக்காட்டலாம். இவையெல்லாமே தன்முக அன்பைக் காட்டும் செயல்களாகும். நீங்களும் முயற்சித்துப் பாருங்களேன்.

•

26. தன்முக அன்பைக் காட்டும் வழிகள் என்ன?

தன்முக அன்பு என்பது புதுமையான கருத்து போலத் தோன்றினாலும் எளிமையானது. நம் உடலுக்குப் புத்துணர்ச்சி ஊட்டும் செயல்களைச் செய்வது உள்ளத்துக்கும் உற்சாகம் தரும். உள நலம் வெளியுலகில் நாம் செய்யும் எல்லாப் பணிகளையும் ஈடுபாட்டுடனும் நேர்த்தியாகவும் செய்ய உதவும்.

ஆண், பெண் இருபாலருமே தன்முக அன்பைக் காட்டுவதில்லை என்றாலும் பெண்கள் கூடுதல் சுமையைச் சுமக்கிறார்கள் எனலாம். குடும்பத்தில் ஒருவருக்கு உடல்நிலை சரியில்லை என்றால் குடும்பத் தலைவி தேவையான உணவு, மருந்து போன்றவற்றை வேளாவேளைக்குக் கொடுப்பார். ஆனால் அவருக்கு உடல்நிலை சரியில்லை என்றால் வெளியே சொல்லக்கூடமாட்டார். சொன்னாலும் பரிவுடன் பேசவோ 'இரண்டு நாட்கள் அடுப்படி, வீட்டு வேலை எதுவும் செய்யாமல் ஓய்வாக இரு,' என்று புரிதலையும் பரிவையும் காட்ட ஆள் இல்லை என்ற எண்ணம் மேலோங்க தன்னுடைய

உடல் நலத்தையும் ஆரோக்கியத்தையும் கவனித்துக் கொள்ளமாட்டார்.

எத்தனை வீடுகளில் பார்த்திருப்போம். வீட்டில் இருக்கும் எல்லோருக்கும் என்ன உணவு பிடிக்கும் எந்தப் பக்குவத்தில் சமைத்தால் பிடிக்கும் என்பது குடும்பத் தலைவிக்கு அத்துப்படியாக இருக்கும், பார்த்துப் பார்த்துச் சமைப்பார். ஆனால் எல்லோருக்கும் பரிமாறிவிட்டு கடைசியாகச் சாப்பிடும் போது அவருக்கு அந்த உணவு இல்லாமலும் போகலாம். இன்னும் சில வீடுகளில் எல்லோருக்கும் புதிதாகச் சமைத்த உணவைப் பரிமாறிவிட்டு வீட்டுப் பெண்கள் மீந்துபோன முந்தைய நாள் அல்லது வேளையின் உணவைச் சாப்பிடுவார்கள். இதை எல்லாம் தியாகம் என்ற பெயரில் சிறப்பித்து இதைச் செய்பவள்தான் நல்ல தாய் அல்லது பெண்மணி என்ற சித்திரத்தை மனதில் பதிய வைத்து விட்டார்கள். இப்படிப் பொய்யாகக் கட்டமைக்கப்பட்ட பிம்பத்தைவிட்டு மீள முடியாமல் தவிக்கும் பெண்கள் எத்தனை பேர். இவை எல்லாமே தன்முக அன்பு செய்யத் தடையாக இருக்கின்றன.

தனக்கு மிகவும் பிடித்த உணவு குடும்பத்தில் இன்னொருவருக்குப் பிரியமானதாக இருந்தால் விட்டுக்கொடுப்பவர்களைப் பார்த்திருப்போம். அல்லது விலை அதிகமாக இருந்தால் பணத்தை மிச்சப்படுத்தும் விதமாக 'எனக்கு வேண்டாம்,' என்பார்கள். இவையெல்லாமே தன்முக அன்பு செய்வதை முறியடிக்கும் செயல்கள். 'குடும்பத்தில் இருக்கும் மற்றவர்கள் விலை அதிகமான உணவைச் சாப்பிடலாம் ஆனால் நான் அதற்குத் தகுதியானாவள்(ன்) அல்ல,' என்பது எத்தனை வன்முறை மிகுந்த வலியுறுத்தல். நம்மை நாமே ஏன் இப்படி நோகடித்துக்கொள்ள வேண்டும். ஒருவர் தியாகிப் பட்டம் கட்டிக்கொண்டு உணவு மேசையில் திரும்பி அமர்ந்திருப்பதை விடவும் எல்லோரும் அந்த உணவைப் பங்குபோட்டுச் சாப்பிடலாமே. அது இன்னமும் சிறப்பான செயல் அல்லவா. இதில் இன்னொன்றையும் புரிந்துகொள்ளவேண்டும். 'எனக்கு வேண்டாம், நீங்கள் சாப்பிடுங்கள்,' என்று நாம் ஒதுங்க ஒதுங்க காலப்போக்கில் மற்றவர்களும் நம்மை மறந்துவிடுவார்கள். 'அவருக்கு அதெல்லாம் பிடிக்காது,' என்ற முன்முடிவுக்கு வந்துவிடுவார்கள்.

'நான் முக்கியம், என்னுடைய உடல், உள்ளம் இரண்டையும் பேணுவது என் உரிமை, என் தேவைகளை நானே நிறைவேற்றிக் கொள்வதில் தவறேதுமில்லை.' இந்த வாக்கியங்களை உரக்கப்

படியுங்கள். ஒரு முறை அல்ல, பல முறை. நீங்கள் சொல்வதை உங்கள் உள்ளம் முழுமையாகப் புரிந்துகொள்ளும் வரையில் வாய்விட்டுச் சொல்லுங்கள். 'நான் முக்கியம்' என்ற நம்பிக்கையை வளர்த்துக்கொள்வது முதல்படி. அந்த நம்பிக்கையைச் செயல் படுத்துவது அடுத்த படி.

பணியிடத்திலும் தன்முக அன்பைச் செலுத்தும் வழிகளைப் பின்பற்றலாம். எடுத்துக்காட்டாக, கணினித் திரையை அதிகநேரம் பார்ப்பது கண்களை களைப்புறச் செய்கிறது. தொடர்ந்து வேலை செய்யும் போது ஒரு மணி நேரத்துக்கு ஒரு முறை ஐந்து நிமிடம் காலார நடப்பது நல்ல பழக்கம். பெரும்பாலும் உட்கார்ந்தபடி வேலை பார்ப்பவர்கள் இதைக் கட்டாயம் செய்யவேண்டும். இதுபோன்ற இடைவேளைகளை அவ்வப்போது எடுத்துக் கொள்வது பணியைச் சிறப்பாகச் செய்ய உதவும். அது போலவே, அலைபேசியில் செலவிடும் நேரத்தையும் குறைத்து வேறு விஷயங்களில் மனதைச் செலுத்துவது அவசியம்.

தனிப்பட்ட வாழ்க்கையில் இதை எப்படிச் செயல்படுத்தலாம் என்று கேட்கிறீர்களா? அதற்குப் பல வழிகள் இருக்கின்றன. எடுத்துக் காட்டாக, உடலை ஆரோக்கியமாக வைத்துக்கொள்வது, முறையான உடற்பயிற்சி அல்லது நடைப்பயிற்சி செய்வது, செல்லப்பிராணி அல்லது செடி வளர்ப்பது, இசை, ஓவியம், நடனம், கைவேலை, தோட்டவேலை போன்ற பொழுதுபோக்குகளில் ஈடுபடுவது – இவை எல்லாமே தன்முக அன்பை வெளிப்படுத்த உதவும் செயல்கள். இருபத்து நான்கு மணி நேரத்தில் நமக்கென குறைந்தபட்சம் ஒரு மணி நேரத்தையாவது ஒதுக்குவது அவசியம். அந்த ஒரு மணி நேரத்தில் நமக்கு என்னவெல்லாம் பிடிக்குமோ அதைச் செய்யலாம். இதற்கு மற்றவர்களின் அனுமதியை எதிர்பார்த்திருக்க வேண்டிய அவசியமில்லை.

பணிக்குச் செல்பவர்களால் தினமும் தனியாக ஒரு மணி நேரம் ஒதுக்க முடியாது எனும்போது வாரத்தில் ஒரு சில மணி நேரத்தையாவது தனக்கான விஷயங்களுக்காகச் செலவழிக்க வேண்டும். குடும்பத்தில் யாரும் அந்த ஒரு மணி நேர விடுதலையைக்கூடத் தரமாட்டார்கள். குறிப்பாகப் பெண்களுக்கு அடுக்கடுக்கான வேலையும் கடமையும் அணிவகுத்து நிற்கும். வலிந்து அந்த ஒரு மணி நேரத்தை ஒதுக்கிக் கொள்ளவேண்டும். சுற்றி இருப்பவர்களின் முணுமுணுப்பையும் சாடலையும் கண்டுகொள்ளக்கூடாது. விடாப்பிடியாக இதைச் செய்தால் காலப்போக்கில் பழகிக்கொள்வார்கள்.

கடமைகளும் பொறுப்புகளும் வாழ்க்கை முழுவதும் இருந்துகொண்டே இருக்கும். இன்னொரு பக்கம் நம்முடைய தேவைகளையும் விருப்பங்களையும் நிறைவேற்றிக்கொள்வதும் நடக்கவேண்டும். இரண்டில் ஏதாவது ஒன்றை மட்டுமே செய்யமுடியும், செய்யவேண்டும் என்பது தவறான கருத்து. தன்முக அன்பை வெளிப்படுத்தும் செயல்களில் ஈடுபடுவது ஆண்களைவிடவும் பெண்களுக்குச் சிரமமான விஷயமாக இருக்கலாம். ஆனால் ஏதோ ஒரு நாள் தொடங்கித்தான் ஆகவேண்டும். அந்த நாள் ஏன் இன்றாக இருக்கக்கூடாது.

•

27. தன்முக அன்பு சுயமரியாதையின் வெளிப்பாடா?

தன்முக அன்பைக் காட்டுவதற்கு நம் மீது நாம் கொள்ளும் பரிவு, புரிதல் இவற்றோடு சுயமரியாதையும் அவசியமாகிறது. மற்ற எவரைப் போலவும் நாமும் அன்பு, பரிவு, புரிதல், வாய்ப்பு போன்றவற்றைப் பெறுவதற்கு தகுதியானவர்கள் என்பதை உணரவும் நம்பவும் வைக்கிறது. மற்றவர்கள் நம்மை எப்படி நடத்தவேண்டும் என்பதை எடுத்துச் சொல்லவோ கோடி காட்டவோ உதவுவதும் அதுதான். நம்மைச் சுற்றி உள்ளவர்களோடு சரிசமமான உறவை ஏற்படுத்திக் கொள்ள உதவுகிறது.

நம்மை நாமே அக்கறையோடு நடத்துவதும் சுயமரியாதையின் வெளிப்பாடு என்று சொல்லலாம். அத்துடன் நம்முடைய விழுமியங்களில் இருந்து விலகாமல் இருப்பதும் அவற்றை எதற்காகவும் யாருக்காகவும் சமரசம் செய்துகொள்ளாமல் இருப்பதும் அவசியம்.

விழுமியம், நம்பிக்கை ஆகியவற்றை அடிப்படையாகக் கொண்டு செய்யும் செயல்கள் தன்னம்பிக்கையையும் நிறைவையும் தருவதோடு உள நலனையும் பேணுகின்றன. ஒன்றைச் செய்வதில் சிறிதும் விருப்பமில்லை என்றாலும் நண்பர்கள் அல்லது உறவினர்களின் வற்புறுத்தலினால் வேண்டாவெறுப்பாகச் செய்வோம். அதனால் நன்மை விளைந்தாலும் நம்முடைய தன்னம்பிக்கையை அசைக்கும் செயலாக அமைகிறது என்கிறார்கள் உளவியல் வல்லுநர்கள்.

பல வீடுகளில் பெற்றோர் சொல்கிறார்கள் என்பதற்காகச் சில விஷயங்களைச் செய்வோம். பெற்றோரை மகிழ்விப்பதற்காகவோ வேறு வழி தெரியாததாலோ அப்படி நடந்திருப்போம். சில நேரம் வயது, அனுபவம் இரண்டும் இல்லாத காரணத்தினால் நம்முடைய விருப்பு வெறுப்பை எடுத்துச் சொல்லத் தெரியாமல் பெரியவர்கள் சொல்வதைக் கேட்கவேண்டும் என்று காலங்காலமாகச் சொல்லப்பட்ட பாடத்தினாலும் செய்திருப்போம். ஆனால் சில வருடங்கள் கடந்த பின்னர் 'ஏன் செய்தோம்', என்றும் 'என்னுடைய தரப்பை எடுத்துச் சொல்லி இருக்கலாமோ,' என்றும் தோன்றும்.

வீட்டில் பரிமாறப்படும் உணவு, பிடித்த உடை என்று அன்றாட விஷயங்கள் தொடங்கி வாழ்க்கையின் முக்கிய நிகழ்வுகளான கல்வி, வேலை, திருமணம் வரை நம்முடைய விருப்பத்தின்படி நடக்கமுடியாமல் போவது நாளடைவில் தன்னம்பிக்கையைக் குலைத்துவிடும். எனவே வயது வந்த பிறகாவது நம்முடைய விருப்பங்களுக்கும் விழுமியங்களுக்கும் மாறாக நடப்பதை நிறுத்தவேண்டும். இது எளிதல்ல என்றாலும் கொஞ்சம் வெளிப்படையாகவும் இணக்கமாகவும் மரியாதையாகவும் உரையாடலை நிகழ்த்தினால் அடுத்தவர்கள் நம் தரப்பு நியாயத்தைப் புரிந்துகொள்ளும் வாய்ப்பு அதிகம்.

சமூக ஊடகங்கள் வாழ்க்கையின் இன்றியமையாத விஷயங்களில் ஒன்றாக மாறிவிட்ட காலத்தில் வாழ்கிறோம். இதனால் பல நன்மைகள் இருந்தாலும் அவற்றினால் ஏற்படும் பாதிப்பையும் கணக்கில் எடுத்துக்கொள்வது அவசியம். பேஸ்புக், இன்ஸ்டாகிராம், டிக் டாக் போன்ற சமூக ஊடகங்களில் அடுத்தவர்களின் புறவாழ்வை நெருக்கத்தில் பார்க்கும் வாய்ப்பு கிடைக்கிறது. அரசியல் தலைவர்கள் முதல் சினிமா நட்சத்திரங்கள் வரையில் எல்லோரையும் எளிதில் அணுகமுடிகிறது. கூடவே நம்முடன் பள்ளி, கல்லூரி, பணியிடம் என்று பழகும் நண்பர்கள்,

உறவினர்கள் ஆகியோரின் வாழ்க்கை குறித்து அவர்கள் தீட்டும் சித்திரத்தையும் காணமுடிகிறது.

இதனால் பெரும்பாலான நேரத்தை நம்மை அடுத்தவர்களோடு ஒப்பிட்டுப் பார்த்து மாய்ந்து போவதிலேயே கழிக்கிறோம். 'அந்த நடிகரைப் போல நான் அழகில்லை', 'என் நண்பரைப் போன்ற உடலமைப்பு இல்லை', 'பிடித்த கார், பைக் வாங்கும் வசதியில்லை', 'வெளிநாட்டு சுற்றுலாத் தலங்களுக்குப் போகமுடியவில்லை', என்று இந்தப் பட்டியல் நீண்டுகொண்டே போகும். இது நாளடைவில் உள நலத்தில் பெரும் தாக்கத்தை ஏற்படுத்துகிறது. இவற்றோடு தாழ்வு மனப்பான்மையும் சேர்ந்து கொண்டால் உளச் சோர்வு உண்டாகும்.

தன்முக அன்பும் சுயமரியாதையும் இந்த ஒப்பிட்டுப் பார்க்கும் இயல்பைக் குறைக்க உதவுகின்றன. புறத்தைத் தாண்டிய உள்ளார்ந்த விழுமியங்கள் வலிமையாக இருப்பவர்கள் சமூக ஊடகங்களில் பார்க்கும் விஷயங்களையும் நிகழ் வாழ்வையும் பிரித்துப் பார்க்கும் பக்குவத்தைப் பெறுகிறார்கள். இந்தப் பக்குவத்தையும் பார்வையையும் குழந்தைகளுக்கும் வளரிளம் பருவத்தினருக்கும் எடுத்துச் சொல்வது பெரியவர்களின் கடமை. கடுமையான சொற்களைப் பயன்படுத்தாமல் எளிதில் புரியும் வகையில் எடுத்துச் சொல்லவேண்டும். பெற்றோர்கள், ஆசிரியர்கள் எனக் குழந்தை களோடும் இளைஞர்களோடும் நெருங்கிப் பழகும் வாய்ப்புள்ளவர்கள் வன்முறையற்ற தகவல் பரிமாற்ற நுட்பங்களைத் தெரிந்துகொண்டு நடைமுறைப்படுத்துவதும் அவசியம்.

குழந்தைப் பருவ முதலே சுயமரியாதை உணர்வை ஊட்டும் சொற்களைப் பேசவேண்டும். சுயமரியாதையைப் பேணும் செயல்களைச் செய்யக் கற்றுத்தரவேண்டும். உடல் அமைப்பு, அறிவுத்திறன், கல்வி, வசதி என ஏதன் அடிப்படையிலும் ஒருவரை மற்றவரோடு விளையாட்டாகக்கூட ஒப்பீடு செய்வது கூடாது என்பதை உணர்ந்து செயல்படவேண்டும். பல குடும்பங்களில் உடன்பிறந்த சகோதர சகோதரிகளை ஒருவரோடு ஒருவர் ஒப்பீடு செய்து கேலி பேசுவது நகைச்சுவையாகத்தான் தொடங்கும். நாளடைவில் அவர்கள் முகம் பாரா எதிரிகளாக மாறி இருப்பார்கள்.

அத்தனை தூரம் போகவில்லை என்றாலும், 'அண்ணன் நன்றாகப் படிப்பதால் அவனைத்தான் பிடிக்கும், என்னைப் பிடிக்காது,' 'அக்காதான் அழகு, அதனால்தான் அவள் கேட்டதை எல்லாம்

வாங்கித் தருகிறீர்கள்', என்று காலமுழுவதும் பெற்றோரைக் குறைசொல்லும் பேச்சு வீடுதோறும் ஒலித்துக்கொண்டுதான் இருக்கிறது. இந்த நிலைமையைச் சீர்செய்ய வேண்டுமென்றால் பெரியவர்கள் தங்களின் எண்ணம், சொல், செயல் எதன்மூலமும் வன்முறையை வெளிப்படுத்தமாட்டேன் என்று உறுதிகொள்ள வேண்டும்.

இப்படிச் செய்வதால் குழந்தைகளின் தாழ்வு மனப்பான்மை குறைகிறது, சுயமரியாதை உணர்வு மேம்படுகிறது. கூடவே, உள்ளது உள்ளபடியே தங்களை ஏற்றுக்கொள்ளவும் தன்முக அன்பைக் காட்டவும் பழகுகிறார்கள். தாங்களும் இந்தப் பரந்த உலகின் முக்கியமான அங்கம், மற்றவர்களுக்குக் கிடைக்கும் எல்லாம் தனக்கும் கிடைக்கும் என்ற நம்பிக்கை ஏற்படுகிறது. இது அளவிடற்கரிய நேர்மறையான உளவியல் தாக்கத்தை ஏற்படுத்துகிறது.

மனிதன் சமூக உயிரி என்பதைப் பள்ளிப் பருவத்தில் படித்திருப்போம். அதனுள் புதைந்திருக்கும் உண்மையை அந்த வயதில் உணர்ந்திருக்கமாட்டோம். நாம் ஒவ்வொருவரும் இந்தச் சமுதாயத்தோடு இணைந்திருக்கவே விரும்புகிறோம். ஒருவரோடு ஒருவர் நட்போடும் அன்போடும் பரிவோடும் மரியாதையோடும் தொடர்பு ஏற்படுத்திக் கொள்ளவேண்டும் என ஆசைப்படுகிறோம். தன்முக அன்பு செய்வதும் சுயமரியாதையைப் பேணுவதும் இந்தப் பரந்த உலகில் நமக்கிருக்கும் உரிமையை உறுதிசெய்யும் வழிகளாகும்.

•

28. அவமான உணர்வின் ஊற்றுக்கண் எது?

தன்முக அன்பு செய்ய சுயமரியாதை உணர்வுடன் இருப்பதோடு மற்றவர்களுடன் நம்மை ஒப்பீடு செய்வதையும் நிறுத்தவேண்டும். கூடவே நம் வாழ்க்கையில் ஏற்படும் சிறிய, பெரிய நிகழ்வுகளுக்காக அவமானமுறுவதும் தன்முக அன்பு செய்யத் தடையாக இருக்கிறது என்கிறார்கள் உளவியல் வல்லுநர்கள்.

நம் வாழ்க்கையின் ஏதாவது ஒரு நிகழ்வு அல்லது பக்கம் இந்தச் சமூகம் ஏற்றுக்கொள்ளும் வகையில் இல்லையென்றால் அவமானம் கொள்கிறோம். இக்கட்டான சமயங்களில் தனித்துவிடப்பட்டது போல உணர்கிறோம். நம் நிலைமை குறித்து யாரிடமும் வெளிப்படையாகப் பேசத் தயங்குகிறோம். கஷ்டங்களை எல்லாம் உள்ளுக்குள் புதைத்துப் புழுங்குகிறோம்.

'தெனாலி' படத்தில் 'நின்றால் பயம், உட்கார்ந்தால் பயம், நடந்தால் பயம்,' என்று சொல்வது போல நாம் எதற்கும் எல்லாவற்றுக்கும் அவமானப் படுகிறோம். நம் பெயரில் தொடங்கி, உடல்

அமைப்பு, பெற்றோரின் நடவடிக்கை, உண்ணும் உணவு, பின்புலம், கல்வித் தகுதி, செய்யும் தொழில், சம்பளம், உறவுச் சிக்கல் என்று வாழ்வின் ஒவ்வொரு அங்கத்தின்மீதும் புகையைப் போல அவமான உணர்வு படிகிறது. இவை ஒவ்வொன்றுக்கும் தனிப்பட்ட பொறுப்பெடுத்துக் கொள்கிறோம். பிறகு, வாழ்க்கையின் ஒவ்வொரு நிலையிலும் நம்மையே சாடிக்கொண்டு அவமானமுற்று கவலையில் துவள்கிறோம்.

அவமான உணர்வு மனிதர்களை எப்படிப் பீடிக்கிறது என்று கொஞ்சம் சிந்திக்கலாம். குழந்தைப் பருவ முதலே இதைப் புகட்டுகிறோம் என்றால் மிகையில்லை. ஒரு குடும்பத்தைச் சேர்ந்த குழந்தைகளைப் பெற்றோரோ சுற்றத்தினரோ ஒப்பீடு செய்வதில் இருந்து தொடங்குகிறது. அழகு, அறிவு என்று பல அளவுகோல்களை நாமே வகுத்துக்கொண்டு ஒவ்வொன்றைக் கொண்டும் குழந்தைகளை அளந்து அவர்களின் உள்ளத்தில் தீராத அவமானத்தையும் வெறுப்பையும் விரக்தியையும் விதைக்கிறோம்.

அடுத்ததாக அக்கம்பக்கத்தில் அறிமுகமான குழந்தைகளோடு நம் குழந்தைகளை ஒப்பீடு செய்து மட்டம் தட்டுகிறோம். சிறார் பள்ளிகளின் வாசலில் காத்திருக்கும் பெற்றோரோடு சில மணி நேரத்தைக் கழித்தால் போதும். தன் குழந்தை என்ன மதிப்பெண் பெற்றிருக்கிறது என்பதோடு வகுப்பில் இருக்கும் எல்லாக் குழந்தைகளின் மதிப்பெண்ணையும் தெரிந்துகொண்டு பள்ளி வாசலிலேயே குழந்தையை அறிவுறுத்தும், திட்டும் அம்மாக்களைப் பார்த்து அதிர்ச்சி அடையவேண்டாம். இப்படிச் சாதாரண பள்ளித் தேர்வு மதிப்பெண்ணில் தொடங்கும் ஒப்பீடு காலப்போக்கில் ஆக்டொபஸின் கரங்களைப் போல வாழ்வின் ஒவ்வொரு அங்கத்தையும் இறுக்குகிறது.

உடல் கொஞ்சம் பூசினாற்போல இருக்கும் குழந்தைகளை எப்படி எல்லாம் கிண்டல் கேலிக்கு உட்படுத்துகிறோம். இன்றைய காலகட்டத்தில் அதிக ஊட்டமும் கொழுப்பும் உள்ள உணவுப் பொருட்களை உண்பதால் உடல் பருமன் என்பது நோயாக மாறிவிட்டது உண்மைதான். என்றாலும் தன்னுடைய உடல் பற்றி தானே அவமானப்படும் நிலைமைக்கு குழந்தைகளைத் தள்ளுகிறோம். எதை எப்படி நெறிப்படுத்த வேண்டும் என்ற பயிற்சி பெற்றோருக்கு அவசியம்.

பதின்பருவத்தை எட்டும் பெண் குழந்தைகளின் உடலில் ஏற்படும் மாற்றங்கள் குறித்து அவமானம் கொள்ளவைக்கிறோம். உடல்

மாற்றம் பற்றியெல்லாம் தெரியாத குழந்தையை 'திம் திம்முன்னு குதிக்கிறே, ஆம்பளை பசங்களோட ஆடறே, அடக்கம் வேண்டாம்,' என்று சொற்களின் வழியாக வன்முறையை விதைத்து முடக்குகிறோம். அதே நேரம் உடல் பாதுகாப்பைப் பற்றிக் கற்றுத் தருவதில்லை. பாலியல் கல்வி என்பது பல வீடுகளில் உச்சரிக்கக்கூடாத சொல்லாக இருக்கிறது. ஹார்மோன்களின் அதீதச் சுரப்பில் ஏற்படும் உடல் சார்ந்த மாற்றங்களை எப்படிக் கையாள்வது என்று தடுமாறும் குழந்தைகளை நெறிப்படுத்த வேண்டிய பெற்றோரும் பெரியவர்களும் அதற்கு நேர்மாறான செயல்களைச் செய்கிறோம்.

வீட்டில் ஒரு புறம் இப்படியென்றால் சமூகத்திலும் சந்தையிலும் வேறு வகையான அழுத்தம். ஒடிசலான, ஒயிலான, எடுப்பான தோற்றத்தில் வளைய வருவதே பெண்மையின் அழகு என்பதைத் திரும்பத் திரும்பச் சொல்லி பதின்வயதுப் பெண்களின் உடல் அமைப்பு குறித்த தாழ்வு மனப்பான்மையை விதைக்கிறோம். வெளுத்த தோலும் இளஞ்சிவப்பு நிற உதடுகளும் கருகருவென்ற நீளமான தலைமுடியும் மட்டுமே அழகு என்ற இடைவிடாத பிரச்சாரத்தால் எத்தனை பெண்களின் தன்னம்பிக்கையை உடைத்திருக்கிறோம். ஆண் குழந்தைகளுக்கும் இதே நிலைமைதான். பெண்களைப் போலவே அவர்களுக்கும் உடல் சார்ந்த அவமான உணர்வு இருக்கிறது. கூடவே ஆண்மையின் வெளிப்பாடு என்று பொய்யாகக் கட்டமைத்த பிம்பத்தை முன்மாதிரியாகக் கொள்ளும் அவலம் வேறு. எதிர் பாலினர் குறித்த பார்வை, கோட்பாடு என்று எல்லாவற்றிலும் குழப்பம். இத்தனை தடைகளையும் மீறித்தான் நாமும் நம் குழந்தைகளும் வாழ்க்கை நடத்துகிறோம்.

அவமான உணர்வு என்பது தொற்றுநோயைப் போலப் பெருகிப் புரையோடி இருக்கிறது என்கிறார்கள் உளவியல் ஆராய்ச்சியாளர்கள். இது வெளிப்படையாகத் தெரியாத தொற்றுநோய். வன்முறையைக்கூட ஓரளவுக்குப் புரிந்துகொண்டு விட்டோம். அவமான உணர்வைப் பற்றி இப்போதுதான் பேசத் தொடங்கி இருக்கிறோம். ஆனால் அதுவே உடல், உள்ளம் இரண்டையும் பாதிப்பதோடு வேறு பல நோய்களுக்கும் முறையற்ற செயல்களுக்கும் மூலகாரணமாக இருக்கிறது. உளச்சோர்வு, பதற்றம், ஏதாவது ஒரு பழக்கத்துக்கு அடிமையாதல், உணவுண்ணும் முறையில் ஒழுங்கின்மை, கொடுமைப்படுத்துதல், தற்கொலை எண்ணம், பாலியல் வன்முறை, குடும்பம் மற்றும் சமூகத்தில்

நிகழும் வன்முறை இவை எல்லாவற்றுக்கும் தோற்றுவாய் அவமான உணர்வுதான் என்கிறார்கள் உளவியல் வல்லுநர்கள்.

அவ்வளவு ஏன். சரியான பழக்கவழக்கங்களைக் கற்றுக் கொடுக்கக்கூட அவமான உணர்வைத் தூண்டும் சொற்களைப் பயன்படுத்துகிறோம். இன்றுவரை அவமான உணர்வைப் பற்றியும் அதனால் ஏற்படும் பாதிப்புகளைப் பற்றியும் யாரும் வெளிப்படையாகப் பேசியது இல்லை. அது குறித்த விழிப்புணர்வு இல்லை. ஏனெனில் அதை இயல்பான விஷயமாக ஏற்றுக்கொண்டு விட்டோம். வீட்டில் நம் ஒவ்வொருவரையும் பாதிக்கும் விஷயம் இந்தச் சமூகத்திலும் உலக அளவிலும் ஏற்படுத்தும் தாக்கத்தைப் புரிந்துகொள்ளும் அவகாசம் இல்லாமல் ஓடிக்கொண்டே இருக்கிறோம். இது குறித்து எடுத்துச் சொல்லக்கூட ஒருவரும் இல்லை என்பது எத்தனை பெரிய அவலம்.

அவமானமான விஷயங்கள் என்று நான் கருதுபவை என்னென்ன என்று பட்டியலிட்ட போது மலைத்துப் போனேன். மற்றவர்கள் என்னைப் பற்றிப் பெருமையாகக் கருதும் விஷயங்கள்கூட எனக்கு அவமானத்தை ஏற்படுத்துகிறது என்பதை உணர்ந்துகொண்டேன். நீங்களும் அந்தப் பட்டியலை எழுதிப் பாருங்களேன். இது பற்றித் தொடர்ந்து அலசுவோம்.

•

29. தாழ்வான தன்மதிப்பும் அவமான உணர்வும் ஒன்றா?

ஒருவரைச் சிறுமைப்படுத்தி இயல்பாக இயங்கவிடாமல் செய்யும் அவமான உணர்வினால் இந்தச் சமூகமே செயலற்று திகைத்துப் போய் நிற்கிறது என்று சொன்னால் அது மிகைப்படுத்தல் என்று நீங்கள் நினைக்கலாம். அவமான உணர்வு, அச்சம், குற்றவுணர்வு, ஒருவரோடு ஒருவர் ஆழமான தொடர்பை ஏற்படுத்திக்கொள்ள முடியாமல் போகும் நிலை இவையெல்லாம் இந்தச் சமூகத்தில் புரையோடி இருப்பதை நாம் உணரவே இல்லை.

பணியிடமோ வீடோ ஒருவருக்குக் கொடுக்கப்பட்ட வேலையை சரியாகச் செய்ய வில்லை என்றால் என்ன செய்கிறோம். 'இதைக்கூடச் செய்யமுடியவில்லையா,' சுட்டிக் காட்டுகிறோம். இதில் அவமானப்படுத்தும் நோக்கம் பொதிந்திருப்பதை நம்மில் எத்தனை பேர் உணர்ந்திருப்போம்? அந்த அளவுக்கு அடுத்தவரை

அவமானப்படுத்தும் பேச்சும் செயலும் நம்முள் ஊறிப்போய் விட்டது.

வீட்டைக் கூட்டிச் சுத்தம் செய்யும் எளிய பணி என்றே வைத்துக்கொள்ளலாம். எதனால் அந்தப் பணியை ஒழுங்காகச் செய்யவில்லை என்பதை யோசிக்க யாருக்கும் அவகாசம் இருப்பதில்லை. கூட்டுவதற்குப் பயன்படுத்தும் துடைப்பம் மழுங்கி இருக்கலாம். பணியாளர் உடல்நலமின்றி இருக்கலாம். கண் பார்வை மங்கி இருக்கலாம். அறையில் போதிய வெளிச்சம் இல்லாமல் இருக்கலாம். காற்றடித்துக் குப்பை பறந்திருக்கலாம். இப்படி என்ன காரணம் என்று தெரிந்துகொள்வதை விடுத்து முன்முடிவோடு பணி செய்பவரின் திறனை அவமானப்படுத்தும் விதமாகப் பேசுவது இயல்பாகிவிட்டது. கூடவே, அவரிடம் நம்முடைய எதிர்பார்ப்பு என்ன என்பதை எந்தவிதமான மிகை உணர்வும் இல்லாமல் சொல்லலாம் என்பதுகூட நமக்குத் தெரியவில்லை.

ஒரு பெண் அறிவுக்கூர்மையுடன் ஆண்களுக்குச் சரிசமமாக அரசியல், வணிகம் என்று எதைப் பற்றி வேண்டுமானாலும் விவாதம் செய்யக்கூடியவராக இருந்தால் கணவரோ குடும்பத்தில் இருக்கும் மற்றவர்களோ அதை விரும்புவதில்லை. இது பெண்களை அவமானப்படுத்தி முடக்கிவைக்கும் செயலாகும். எத்தனையோ வீடுகளில் படித்த பெண்களைக்கூட 'உனக்கு என்ன தெரியும்', என்று சொல்லிச் சொல்லி தன்னம்பிக்கையையும் சுயமரியாதையையும் குலைப்பதைப் பார்த்திருப்போம்.

குழந்தை பிறந்த பின்னர் வேலைக்குப் போக வேண்டும் என்று ஒரு பெண் நினைத்தால் அது அவருடைய விருப்பம், திறன் ஆகியவற்றைச் சார்ந்த தனிப்பட்ட விஷயம் என்று யாரும் நினைப்பதில்லை. 'குழந்தையைப் பார்த்துக்கொள்ள முடியவில்லை என்றால் எதற்காகப் பெற்றுக்கொண்டாய்?', 'கணவனுக்குக் கிடைக்கும் ஊதியத்தில் குடும்பம் நடத்தத் தெரியாதா?' 'இத்தனை சுயநலமாக இருக்கிறாயே,' என்று பலவிதமாகச் சாடுவதைப் பார்க்கிறோமல்லவா? எந்தக் குற்றவுணர்வும் இன்றி பெண்ணின் தாய்மை உணர்வைக் கேள்விக்கு உட்படுத்தி அவமானப்படுத்தும் உரிமையை நாமே எடுத்துக்கொள்கிறோம். 'மீண்டும் பணிக்குச் செல்ல முடிவெடுத்த நான் ஒரு நல்ல அம்மா இல்லையோ,' என்று காலமுழுவதும் அந்தப் பெண் கூனிக்குறுகி முடங்கச் செய்கிறோம்.

அந்த நண்பரின் மேலாளர் தனிப்பட்ட வாழ்க்கை அலுவலகப் பணியை எந்த வகையிலும் பாதிக்கக்கூடாது என்ற கொள்கை

கொண்டவர். அதனாலேயே மேலாளரிடம் தன்னைப் பற்றிய எந்த விஷயத்தையும் பகிர்ந்துகொள்வதில்லை நண்பர். இருந்தாலும் நண்பரின் தந்தை நோய்வாய்ப்பட்டு மருத்துவமனையில் இருந்த போது அது குறித்துத் தெரிவிக்கவேண்டிய கட்டாயம் ஏற்பட்டது. இடையில் சில நாட்கள் விடுமுறை தேவைப்படலாம் என்பதும் காரணம். ஆனால் வேண்டுமென்றே அவருக்குச் சிரமமான வேலையைக் கொடுத்தார் மேலாளர். நண்பரால் செய்ய முடியாதபோது அதற்கு அவருடைய திறமையின்மைதான் காரணம் என்று அபாண்டமாகக் குற்றம்சாட்டி அவமானப்படுத்தினார். இதை எதிர்பார்க்காத நண்பரோ என்ன செய்வது என்று புரியாமல் அவமான உணர்வில் உறைந்தார். தனிப்பட்ட வாழ்க்கை அலுவலகப் பணியையோ கடமைகளையோ பாதிக்கக்கூடாது என்று சொல்வது எத்தனை அபத்தமானது. அதுவும் குடும்பத்தில் ஒருவர் நோய்வாய்ப்பட்டிருக்கும் போது அக்கறையோடும் பரிவோடும் புரிந்துணர்வோடும் நடந்துகொள்வதற்குப் பதிலாக அதைக் குத்திக்காட்டி அவமானத்தையும் அச்சத்தையும் ஊட்டுவது மனிதாபிமானமற்ற செயல் அல்லவா?

வாழ்க்கையின் வெவ்வேறு கட்டத்தில் இதுபோன்ற பல மனிதர்களைச் சந்தித்து இருப்போம். இந்த நிகழ்வுகளில் இருக்கும் ஒற்றுமை என்ன என்பதைக் கூர்ந்து கவனித்தால் ஒரு விஷயம் புலப்படும். இவை எல்லாவற்றுக்கும் காரணம் நம்முடைய திறமையின்மை என்று நம்பச் செய்து தாழ்வுணர்ச்சி கொள்ளச் செய்வார்கள். ஆனால் இவற்றுக்குக் காரணம் சமூகத்தைப் பீடித்திருக்கும் அவமானப்படுத்தும் நோய் என்கிறார்கள் உளவியல் வல்லுநர்கள்.

தாழ்வான தன்மதிப்புக்கும் அவமான உணர்வுக்கும் இடையே உள்ள வித்தியாசம் என்ன? தன்மதிப்பு என்பது நம்முடைய பலம், பலவீனம் குறைபாடு இவற்றைத் தெரிந்துகொண்டு நம்மை நாமே கணித்துக்கொள்வது. நம்முடைய தற்போதைய நிலை, நாம் எட்டவேண்டிய இலக்கு, இவை எல்லாம் தெளிவாகத் தெரியும். அவமானம் என்பது ஓர் உணர்வு; இது ஏற்படும்போது சமூகத்தில் இருந்து தனிமைப்படுத்தப்பட்டது போலத் தோன்றும். இந்தச் சமூகம் சுட்டும் உச்சங்களை, வெற்றிகளை எட்ட முடியாமல் போனால் திறமையற்றவராக, தோல்வியாளராக உணரச் செய்யும். அவமானத்தில் துவளுகையில் நம்முடைய பலம், திறன், அவற்றின் வரையறை ஆகியவை குறித்துத் தெளிவாகச் சிந்திக்கமுடியாது. நம் குறைகளும் பலவீனங்களும் மட்டுமே புலப்படும்.

மேலே சுட்டிய நிகழ்வுகளில் தாய்மை உணர்வு, குழந்தையை வளர்க்கும் பொறுப்பு, வேலை இடத்தில் வெளிக்காட்டும் பிம்பம், எல்லாவற்றையும் செம்மையாகச் செய்யவேண்டும் என்ற கட்டாயம், மனதில் பட்டதை வெளிப்படையாகப் பேசுவது போன்றவற்றின் அடிப்படையில் ஒருவரை அவமானப்படுத்தி நிலைகுலையச் செய்யும் உத்தி வெளிப்படையாகத் தெரிகிறது. குழந்தை வளர்ப்பு குறித்து பெற்றோரை, அதிலும் குறிப்பாகப் பெண்களை அவமானப்படுத்துகிறோம். பணியிடத்தில் தனிப்பட்ட பிரச்னைகளைப் பற்றிப் பேசவே கூடாது என்று பணியாளர்களை அவமானப்படுத்துகிறோம். பணியே வாழ்க்கையில்லை என்று ஒரு பக்கம் சொன்னாலும் இன்னொரு பக்கம் பணியே வாழ்க்கை முழுவதையும் ஆக்கிரமிக்கும் அவலத்தைப் பார்க்கிறோம். ஒருவரின் தோற்றம், பேச்சு, செயல் இவை எல்லாவற்றையும் அவமானம் என்ற உணர்வைத் தூண்டுவது மூலம் கட்டுப்படுத்த முயல்கிறோம்.

இங்கிதமில்லாமல் பேசுவதாலோ தாழ்வான தன்மதிப்பினாலோ ஏற்படுவது என்று விளக்கம் கூறி அவமானத்தை அவ்வளவு எளிதாக புறந்தள்ளிவிடக்கூடாது. ஒட்டுமொத்த மனிதகுலத்தின் உயிர்ப்பைச் சிதைக்கும் தொற்றுநோயாக அணுகவேண்டும்.

•

30. அவமான உணர்வைக் களையும் அருமருந்து எது?

இந்த அத்தியாயத்தில் அவமான உணர்வு எப்போது, எப்படி ஏற்படுகிறது என்பதைப் பார்க்கலாம். நம்மைச் சுற்றி உள்ளவர்களின் கருத்துக்கும் எதிர்பார்ப்புக்கும் முக்கியத்துவம் தந்து வாழ முயற்சித்து அது நடக்காத போது அவமானமாக உணர்கிறோம். அடுத்தவர்கள் நம்மைப் பற்றி என்ன நினைப்பார்களோ என்ற எண்ணம் வலுப்பெறும் போது என்ன நடக்கிறது? நம் ஆற்றல் முழுவதையும் மற்றவர்களின் எதிர்பார்ப்பை நிறைவேற்றுவதற்காகப் பயன் படுத்துகிறோம். மற்றவர்கள் என்பது முடிவற்ற மனிதர்களின் கூட்டம். அதில் ஒவ்வொருவரின் எதிர்பார்ப்பையும் நிறைவேற்றுவது என்பது நடக்கக்கூடிய விஷயமா என்ன?

சுற்றி உள்ளவர்கள் நம்மை ஏற்றுக்கொள்ள வேண்டும் மதிப்போடு நடத்தவேண்டும் என்ற மனப்போராட்டத்தினால் எரிச்சல், கோபம்,

வருத்தம், அச்சம் போன்ற உணர்வுகள் ஏற்படுகின்றன. அவற்றை வெளிக்காட்ட முடியாத போது நம்மை நோக்கியே செலுத்துகிறோம். நாம் நல்லவர்கள் அல்ல, மோசமானவர்கள், யாரோடும் ஒத்துப்போகத் தெரியாதவர்கள், அதனால்தான் இந்தச் சமூகமே நம்மை வெறுக்கிறது என்ற நம்மையே குறைசொல்லி நொந்துகொள்ளும் எண்ணம் வலுப்பெறுகிறது. ஒரு கட்டத்தில் உணர்வுகள் தோற்றுவிக்கும் உடல் வலியைப் பொறுக்கமுடியாது நெருங்கிய குடும்ப உறுப்பினர்களிடமும் குழந்தைகளிடமும் நம்முடைய கோபத்தைக் கட்டவிழ்த்து விடுகிறோம், வன்முறையான சொற்களைப் பேசுகிறோம். எல்லாம் நடந்து முடிந்ததும் மீண்டும் அயர்ச்சியும் துயரமும் மேலிடத் தனித்து விடப்பட்ட உணர்வில் உழல்கிறோம்.

இந்த உலகத்தில் பலதரப்பட்ட மனிதர்கள் இருக்கும் வரையிலும் அவர்களோடு நாம் பழகும் வரையிலும் அவமான உணர்வும் நம்முடனே இருக்கும். அதை முற்றிலும் களைவது இயலாத செயல் என்றாலும் அதற்கான எதிர்ப்புத்திறனை படிப்படியாக வளர்த்துக் கொள்ளலாம் என்கிறார்கள் உளவியல் வல்லுநர்கள். அவமான உணர்வைக் களைய உதவும் அருமருந்து எவை தெரியுமா? புரிந்துணர்வும் பகிர்தலும்தான்.

ஆம், எதிரில் இருப்பவர் உள வலியில் துவளுகையில் புரிந்துணர்வை வெளிப்படுத்துவது அவமான உணர்வைக் களைய உதவும். கூடவே, நீங்கள் தனியாக இல்லை, நானும் இது போன்ற நிலைமையில் இருந்திருக்கிறேன் என்று நம்முடைய அனுபவத்தைச் சொல்வது இருவருக்கும் இடையே பிணைப்பை ஏற்படுத்துகிறது. என்ன இருந்தாலும் மனிதன் சமூக உயிரிதானே. இந்த ஒத்துணர்வும் பிணைப்பும் நாமெல்லோரும் ஒரே போன்ற பிரச்னைகளைத்தான் எதிர்கொள்கிறோம் என்ற நேர்மறையான எண்ணம் வலுப்பட வைக்கிறது.

இதைக் கேளுங்கள். நளினி அலுவலகத்தில் பணிபுரிகிறார். பொறுமையான தலைக்குளியல் என்பது விடுமுறை தினங்களில் மட்டுமே வாய்க்கும் சுகம் என்றே சொல்லலாம். ஒரு ஞாயிற்றுக்கிழமையன்று வீட்டில் இருந்த வளர்ந்த மகனிடம் வாயில்மணி ஒலித்தால் பார்த்துகொள்ளச் சொல்லிவிட்டு குளிக்கப் போனார். ஆனால், நளினி குளிக்கப் போனதும் மகனும் வீட்டின் இன்னொரு அறைக்குப் போய் கதவைப் பூட்டிக்கொண்டு நண்பனுடன் அலைபேசியில் கதைபேசத் தொடங்கினான்.

அதற்குள் இரண்டு முறை வாயில்மணி ஒலித்துவிட்டது. நளினி குளியலறையில் இருந்து குரல் கொடுத்தும் மகனுக்குக் காது கேட்கவில்லை. அவசர அவசரமாகக் குளித்துவிட்டு வந்து கதவைத் திறந்தால் வீட்டுவேலை செய்யும் பெண்மணி நின்று கொண்டிருந்தார். சில நாட்களாகக் குறிப்பிட்ட நேரத்துக்கு வராமல் மாறி மாறி வருகிறார்.

நிறைவாகக் குளிக்க முடியவில்லையே என்ற எரிச்சல் ஏற்பட்டதால் பணியாளரைத் திட்டத் தொடங்கினார் நளினி. அதே நேரம் படபடப்போடு கழிவிரக்கமும் தொற்றிக்கொண்டதால் கண்ணில் நீர்கோர்த்தது. இத்தனை உணர்வுகளோடு 'என்னைத் திட்டி விட்டீர்கள், இன்றோடு வேலைக்கு வரவில்லை,' எனப் பணியாளர் சொல்லிவிட்டால் என்ன செய்வது என்ற பயமும் சேர்ந்து கொண்டது. உணர்ச்சிகளை வார்த்தைகளில் கொட்டி முடித்ததும் கோபம் குறைந்தது. கூடவே 'இப்படிப் பொறுமையிழந்து விட்டோமே,' என்ற அவமான உணர்வு வாட்டியது. சில நிமிடங்களில் உணர்வுகளின் கலவை மனதை அலைக்கழித்தது. தனித்து விடப்பட்ட உணர்வும் குற்றவுணர்வும் மேலோங்க துவண்டு போனார் நளினி.

அப்போது நளினி சற்றும் எதிர்பாராத ஒன்று நடந்தது. 'இருக்கட்டும்மா, ஏதோ மனக்கஷ்டம், வெளியில் கொட்டிட்டீங்க. எங்கிட்ட தானே பேசுனீங்க. எனக்கும் இன்னைக்கு வீட்டுல வேலை அதிகம், அதுதான் லேட்டாயிடுச்சு,' என்றார் பணியாளர். அந்தப் புரிந்துணர்விலும் இதமான பேச்சிலும் நளினியின் அவமான உணர்வு களையப்பட்டது. அவரின் புரிந்துணர்வும் வெளிப்பட்டது. 'நீயும் நாலு வீட்டுக்குப் போய்வந்து கஷ்டப்படறே. உன்னைக் கோபத்தில் ஏதேதோ சொல்லிட்டேனே. கோபம் வந்தால் என்ன பேசுகிறேன் என்பதே தெரிவதில்லை,' என்று பதில் சொன்னார் நளினி. அந்த இடமே புரிந்துணர்வின் பரிமாற்றத்தில் பொலிவு பெற்றது. முதலாளி - தொழிலாளி என்ற உறவைத் தாண்டி மனிதர்களுக்கு இடையேயான இயல்பான பிணைப்பு ஒளிர்ந்தது.

யாருக்கும் யாரிடம் இருந்தும் எப்போது வேண்டுமானாலும் புரிந்துணர்வு கிடைக்கலாம். பயணங்களின் போது பக்கத்து இருக்கைக்காரர் யாரென்றே தெரியாவிட்டாலும் கவலைகளைப் பகிர்ந்து கொள்கிறோம். அவர் தனக்கும் அதே போன்ற அனுபவம் ஏற்பட்டது என்று சொல்லும்போது நாம் தனித்துவிடப்படவில்லை என்ற உணர்வு தோன்றுகிறது. மற்றவர்களும் நம்மைப்

போன்றவர்கள்தான் என்பது புரிந்ததும் அவமான உணர்வு களையப்படுகிறது. இப்படியாக ஒருவருக்கொருவர் இதம் தரவும் ஆதரவு காட்டவும் தூணாகத் துணை நிற்கவும் பழகிக்கொண்டால் எத்தனையோ சிரமங்களைக் கடந்துவிடலாம். மனித மனங்களிலும் சமூகத்திலும் ஏற்படும் உரசல்களும் விரிசல்களும் மட்டுப்படும்.

இன்னொரு முக்கியமான விஷயத்தைக் கோடிட்டுக் காட்ட வேண்டியுள்ளது. புரிந்துணர்வுக்கும் ஒருவரின் பிரச்னையை ஒன்றுமில்லை என்று சொல்வதற்கும் இடையே உள்ள வித்தியாசத்தைத் தெரிந்துகொள்வது அவசியம். ஒருவர் தன்னுடைய கஷ்டத்தைப் பற்றிச் சொல்லும் போது அவரின் நிலைமையைப் புரிந்துகொள்வதோடு நமக்கு ஏற்பட்ட அனுபவத்தைப் பகிர்ந்துகொள்வது புரிந்துணர்வை ஏற்படுத்தும். அதற்கு மாறாக, 'இதெல்லாம் ஒரு கஷ்டமா, எனக்கு நடந்ததைச் சொல்கிறேன், அதெல்லாம் நீ தாங்குவாயா,' என்று நீட்டி முழக்கினால் அது இன்னொருவரின் பிரச்னையை ஒன்றுமில்லை என்று தள்ளுபடி செய்வதாகும்.

புரிந்துணர்வு அவமானத்தைக் களைய உதவுகிறது. நம்முடைய நிலைமையைப் போன்ற ஒன்றை எதிர்கொண்ட, நம்மைப் புரிந்துகொண்ட ஒருவர் இருக்கிறார். நாமும் எல்லோரையும் போன்ற ஒருவர்தான், இது நமக்கு மட்டுமே நடக்கும் விஷயமல்ல என்ற எண்ணத்தை வலுப்பெறச் செய்கிறது. ஆனால் அடுத்தவரின் பிரச்னையை ஒன்றுமில்லை என்று ஒதுக்குவது அவரை ஒதுக்கிவைக்கிறது. சமூகத்தோடும் மற்ற மனிதர்களோடும் பிணைப்பை ஏற்படுத்துவதற்கு பதிலாக தனிமைப்படுத்துகிறது. இந்த இரண்டுக்கும் உள்ள வேறுபாட்டைப் புரிந்து நடக்க வேண்டியது அவசியம்.

•

31. புரிந்துணர்வை வளர்த்துக்கொள்வது எப்படி?

வாழ்க்கையில் புரிந்துணர்வின் அவசியத்தைப் பற்றிப் பேசிக்கொண்டே போகலாம். குடும்பங்களிலும் உறவுகளிலும் மட்டுமல்லாது பணியிடம், கல்விநிலையம், அரசியல், விளையாட்டு என எல்லா இடத்திலும் புரிந்துணர்வு வாழ்க்கையின் வெற்றியை நிர்ணயிக்கிறது. உறவுகளில் நம்பிக்கை வைக்கவும் வாழ்க்கைக்கு அர்த்தம் சேர்க்கவும் உதவுகிறது. புரிந்துணர்வை வெளிப்படுத்தும் தலைவர்கள் தங்கள் குழுவை வெற்றிகரமாக வழிநடத்துகிறார்கள் என்பதை ஆய்வுகள் தெரிவிக்கின்றன. இத்தனை இருந்தும் நாம் அதைக் குறைத்து எடைபோட்டிருக்கிறோம் என்பதை ஏற்றுக்கொள்ளத்தான் வேண்டும்.

நம்மில் எவருமே முழுமையான புரிந்துணர்வோடு பிறப்பதில்லை. காலப்போக்கில் அனுபவம் கூடும்போது இந்தத் திறனும் வளர்கிறது, அவ்வளவுதான். ஆனால் ஒரு நல்ல செய்தி என்ன தெரியுமா? முனைப்புடனும் விழிப்புணர்வுடனும் செயல்பட்டால் புரிந்துணர்வை எவரும்

வளர்த்துக்கொள்ளலாம், எந்தச் சூழலிலும் புரிந்துணர்வுடன் நடந்துகொள்ளலாம். சுற்றி உள்ளவர்களோடு நல்லுறவைப் பேணவேண்டும் என்ற எண்ணம் இருப்பவர் யாரும் இதைச் செய்யமுடியும்.

பொதுவாக ஒரு விஷயம் நடந்தால் என்ன செய்கிறோம்? அது குறித்த நம்முடைய பார்வையும் விளக்கமும் மட்டுமே சரியானது என்று வலியுறுத்துவோம். அடுத்தவரின் பார்வையில் அந்த விஷயத்தைப் பார்க்கும் முயற்சியைக் கொஞ்சமும் எடுப்பதில்லை. சொல்லப்போனால் எந்த விஷயத்துக்கும் இன்னொரு பார்வையும் கோணமும் இருக்கிறது என்பதையே ஏற்றுக்கொள்ளமாட்டோம். நாம் எல்லோருமே நம்மைச் சுற்றியுள்ள உலகையும் நிகழ்வுகளையும் வாழ்க்கையின் ஒவ்வொரு காலகட்டத்திலும் ஒவ்வொரு கோணத்தில் இருந்து அணுகுகிறோம் என்பதுதான் உண்மை. சில பார்வைகள் மாறாது. ஆனால் வேறு சில பார்வைகளோ அனுபவம், அக, புறச் சூழல்கள் ஆகியவற்றுக்கு ஏற்ப மாறிக்கொண்டே இருக்கும்.

ஒரு நிகழ்வைப் பத்து பேர் பார்த்தாலும் கேட்டாலும் அலசினாலும் பத்து விதமான கதைகளைச் சொல்வார்கள். நடந்தது ஒன்றுதான், ஆனால் பார்ப்பவருக்கு ஏற்ப பார்வை மாறுபடுகிறது என்பது புரிந்தால் போதும். ஆக, நம்முடையதைப் போலவே மற்றவரின் கோணமும் அனுபவமும் உண்மையானது என்று ஏற்றுக்கொள்வது புரிந்துணர்வை வளர்த்துக்கொள்ள அவசியமாகிறது.

சில சமயம் வீடு, அலுவலகம், குழந்தைகளின் பள்ளி, கல்லூரி என எல்லா இடங்களிலும் முக்கியமான வேலை, விழா, விருந்தினரின் வருகை என ஒரே நேரத்தில் நடக்கும். எல்லாவற்றையும் எப்படிச் சமாளிக்கப் போகிறோம் என்று மலைப்பாக இருக்கும். இவற்றில் ஏதாவது ஓர் இடத்தில் செய்யவேண்டியதை முழுமையாகச் செய்யாமல் கோட்டை விட்டிருப்போம். பிறகு அதை நினைத்து நினைத்து அவமானம் கொள்வோம், இப்படிச் செய்துவிட்டேனே என்று நொந்துகொள்வோம், கலங்குவோம். மனம்விட்டு யாரிடமாவது பேசலாம் என்றால் குத்திக்காட்டுவார்களோ என்ற பயமும் சேர்ந்துகொள்ளும். 'அதைப் போய் எப்படி மறந்தாய்! நீ ஒரு 'மகள், கணவன், அப்பா, அம்மா, மருமகள்', என்ற எண்ணம் இருந்தால் மறந்திருப்பாயா? அதற்குத்தான் எல்லாவற்றையும் பட்டியல் எழுதிவைத்துச் செய்யவேண்டும் என்பது.' இப்படி ஏதாவது வசனத்தைப் பேசுவார்கள். அந்த நேரத்தில் குற்றவுணர்வு

ஏற்படுவதோடு அவமானம் என்னும் புதைகுழிக்குள் அமிழ்வதைப் போன்ற உணர்வை எத்தனை முறை அனுபவித்திருப்போம்.

மாறாக, அந்த நேரத்தில் யாராவது நிலைமையைப் புரிந்துகொண்டு கையைப் பிடித்து ஆறுதலாகப் பேசினால் எப்படி இருக்கும். 'எத்தனை விஷயத்தைத் தனி ஆளாக சமாளிக்கிறாய். அதில் ஒன்றைச் சரியாகச் செய்யாவிட்டாலோ மறந்தாலோ என்ன ஆகிவிடும்? வேண்டுமென்று நீ அப்படிச் செய்யவில்லையே? பெற்றோருக்குக் குழந்தைமீது அக்கறை இல்லாமலா இருக்கும்?' இப்படிப் பேசுவது வெறும் வாய் வார்த்தையாக இருந்தால் பயனில்லை. நம்முடைய நிலைமையைப் புரிந்துகொண்டு அந்த இடத்தில் இருந்து பேசினால் மட்டுமே மனம் ஆறுதல் அடையும்.

அலுவலகத்திலோ வீட்டிலோ நாம் சொன்ன வேலையை ஒருவர் செய்யவில்லை என்று வைத்துக்கொள்வோம். இதற்கு முன் பல முறை அது போன்று நடந்திருக்கலாம். அப்படியொரு சூழலில் 'நான் சொன்னேன், நீ செய்யவில்லை,' என்றோ 'நான் எப்போது எதைச் சொன்னாலும் நீ செய்வதே இல்லை,' என்றோ கோபமும் எரிச்சலும் தலைதூக்கும். சிடுசிடுத்தபடிதான் அந்த நபருடன் உரையாடலைத் தொடங்குவோம்.

ஆனால் ஒரு மாறுதலுக்கு 'நீங்கள் எதனால் அந்த வேலையைச் செய்யவில்லை?' என்ற கேள்வியைக் கேட்டால் போதும். அதுவே அடுத்தவரின் பார்வையில் அந்த விஷயத்தை அணுகத் தயாராகிவிட்டோம் என்பதற்குச் சான்று. கூடவே அவர் தரும் விளக்கத்தை புறந்தள்ளாமல் அது உண்மையாக இருக்கலாம் என்று நினைப்பது புரிந்துணர்வை வளர்க்கும். அடுத்து, அந்தப் பிரச்னைக்குத் தீர்வைச் சொல்வது வேலையை முடிக்க உதவும். எல்லாச் சூழலிலும் இந்தச் செயல்பாட்டை நடைமுறைப்படுத்தப் பழகினால் போதும்.

புரிந்துணர்வை வளர்த்துக்கொள்வது இத்தனை எளிதான செயலா என்ற உங்களின் மனக்குரல் கேட்கிறது. எழுத்தில் வடிப்பதும் நடைமுறையில் பின்பற்றுவதும் இரு வேறு விஷயங்கள். நாமெல்லோருமே பழக்கவழக்கத்தின், சந்தர்ப்ப சூழ்நிலையின் அடிமைகள். அன்றாட வாழ்வின் அவசரக் கோலத்தில் ஒரு நாளின் ஒவ்வொரு நிகழ்விலும் சந்திப்பிலும் புரிந்துணர்வு கொண்ட அணுகுமுறையை நடைமுறைப்படுத்த வேண்டும் என்றால் முதலில் பழைய பழக்கவழக்கங்களையும் படிமங்களையும் கைவிட வேண்டும்.

அடுத்தவரின் வாழ்க்கையையும் அனுபவங்களையும் நம் கோணத்தில் இருந்து மட்டுமே பார்ப்பது படிந்துவிட்ட பழக்கம். விழிப்புணர்வோடும் முனைப்போடும் செயல்பட்டால் மட்டுமே மாற்றிக்கொள்ள முடியும். இவற்றோடு விடாமுயற்சி, மன உறுதி, நாம் செய்தது தவறு என்று சுட்டிக்காட்டினால் அதை ஏற்றுக்கொள்ளும் பக்குவம் ஆகிய பண்புகளையும் வளர்த்துக் கொள்ள வேண்டும். வளர்ச்சி என்பது கீழிருந்து மேலாக வரையும் நேர்கோடல்ல, ஏற்றமும் இறக்கமும் முன்செல்வதும் சரிவும் கொண்டது என்ற புரிதல், இந்த முறை தவறினாலும் அடுத்த முறை நடைமுறைப்படுத்துவேன் என்ற உறுதியோடு செயல்பட உதவும்.

•

32. மதிப்பீடு செய்வது புரிந்துணர்வைத் தடுக்குமா?

பொதுவாகவே நாம் எல்லோருமே எதையும் யாரையும் எப்போதும் மதிப்பீடு செய்துகொண்டே இருக்கிறோம். அல்லது இவர் இப்படித்தான் சொல்வார், செய்வார் என்ற முன்முடிவோடு இருக்கிறோம். இந்த இரண்டுமே புரிந்துணர்வுக்குத் தடையாகின்றன. முன்முடிவும் மதிப்பீடும் நமக்குள் ஊறிப்போய்விட்டன. அனிச்சைச் செயலாகிவிட்டன. அதனால் அவற்றைக் கண்டுகொள்ளவும் நிறுத்தவும் அதிக முனைப்பும் முயற்சியும் தேவைப்படுகிறது.

பெண்கள் ஒருவரை ஒருவர் சந்திக்கும்போது தோற்றம், அணிந்திருக்கும் நகை, உடை ஆகியவற்றையும் மனைவியாகவும் தாயாகவும் எப்படிக் கடமை ஆற்றுகிறோம் என்பதையும் மதிப்பீடு செய்கிறார்கள். இதுவே ஆண்கள் என்றால் ஈட்டும் வருமானம், வகிக்கும் பதவி, உடல் திறன், அறிவாற்றல் போன்றவை குறித்து

மதிப்பீடு செய்யப்படுகிறது. மேலும் பெண்களுக்கும் ஆண்களுக்கும் இந்தச் சமூகம் விதித்திருக்கும் பொறுப்புகளையும் குறிக்கோள்களையும் வழுவாமல் பின்பற்ற வேண்டும் என்ற கட்டாயம் வேறு.

இது நாம் அறியாமலேயே நம்மிடையே போட்டியையும் பொறாமையையும் தூண்டுகிறது. எந்நேரமும் நம்மை மற்றவர்களோடு ஒப்பிட்டுப் பார்க்கும் தன்மையை வளர்க்கிறது. மதிப்பீடுகளுக்கும் முன்முடிவுகளுக்கும் வழிவகுக்கிறது. இதனால் எதிர்ப்படும் எவரையும் நாம் அணிந்துள்ள முகமூடியின் வழியே பார்க்கிறோம். நம்பிக்கையில் காலூன்றிய நட்பையோ பிணைப்பையோ ஏற்படுத்திக்கொள்ள முடிவதில்லை. இல்லையெனில் 'நான் உண்மையை மட்டுமே பேசுவேனாக்கும்,' என்ற பீடிகையோடு நம்முடைய மதிப்பீடுகளையும் முன்முடிவு களையும் வாய்விட்டுச் சொல்கிறோம். அடுத்தவர்களின்மீது அது ஏற்படுத்தும் பாதிப்பைப் பற்றித் துளியும் புரிந்துகொள்வதில்லை. ஏனெனில் நாம் உண்மை என்று சொல்வது நம்முடைய கோணத்தில் இருந்து பார்த்த, அலசலுக்குட்படுத்திய ஒன்று என்பது தெரிவதே இல்லை.

மதிப்பீடு செய்வது பற்றி இன்னொரு முக்கியமான விஷயத்தைச் சொல்லவேண்டும். வாழ்க்கையில் என்னவெல்லாம் முக்கியம் என்று நாம் நினைக்கிறோமோ அந்த விஷயங்களில்தான் நம்மையும் மற்றவர்களையும் ஒப்பிட்டுப் பார்த்து மதிப்பீடு செய்கிறோம். இதன் மூலம் நம்முடைய திறன், நம்பிக்கை, விழுமியம் ஆகியவற்றின் படிநிலையை உறுதிசெய்துகொள்கிறோம். நாம் எதைக் குறித்து அவமானமும் அச்சமும் குழப்பமும் பதற்றமும் கொள்கிறோமோ அவற்றையெல்லாம் மதிப்பீட்டுக்கு உட்படுத்துகிறோம். யாருமே உலகளாவிய அரசியல், பொருளாதார, சமூகப் பிரச்னைகளைப் பொருட்டாக நினைத்து மதிப்பீடு செய்வதில்லை. பெரும்பாலும் குழந்தைவளர்ப்பு, குடும்பப் பிரச்னைகள், வீட்டு விஷயங்கள் போன்றவற்றையே மதிப்பீடு செய்கிறோம் என்கிறார்கள் உளவியல் வல்லுநர்கள். அத்தோடு, நாம் மதிப்பீட்டுக்கு உட்படுத்து பவர்களைப் பரிவோடும் புரிந்துணர்வோடும் அணுகாமல் அவர்களின்மீது கோபமும் எரிச்சலும் கொள்கிறோம்.

இதைக் கேளுங்கள். அந்தப் பெண்ணின் கணவர் வேலை காரணமாக அடிக்கடி வெளியூர் சென்றுவிடுவார். மாதத்தின் பாதி நாள் ஆறு வயதுக்கு உட்பட்ட இரண்டு துறுதுறுப்பான குழந்தைகளைத்

தனியே வளர்க்கவேண்டிய பொறுப்பு அந்தப் பெண்ணினுடையது. கூடவே வீட்டு வேலை, சமையல், காய்கறி, மளிகை வாங்குவது, குழந்தைகளின் பள்ளிப் பாடம், தேர்வு என எல்லாவற்றையும் அவரே பார்த்துக்கொள்ளவேண்டும். அந்தக் குறும்பர்களோ ஒவ்வொரு நாளும் கத்தியால் கையை வெட்டிக் கொண்டார்கள், சோப்பு நீரையோ எண்ணெயையோ குடித்துவிட்டார்கள், மாடிப் படியில் இருந்து கீழே விழுந்துவிட்டார்கள் என்ற தகவல் வரும். இது போதாது என்று வளரும் பருவத்தில் வரும் வழக்கமான காய்ச்சல், சளி, வாந்தி, பேதி போன்ற விஷயங்கள் வேறு. எப்போது பார்த்தாலும் ஏதாவது காரணத்துக்காக மருத்துவமனைக்கு போவதும் வருவதுமாக இருப்பார்கள்.

இதைக் கேள்விப்படும் மற்ற பெண்கள் அந்தத் தாயின் பொறுப்பற்ற போக்கை விமர்சனம் செய்வார்கள். குழந்தைகளைக் கவனமாகப் பார்த்துக்கொள்வதைத் தவிர ஒரு தாய்க்கு வேறு என்ன முக்கியமான வேலை இருக்கும் என்று கேள்வி கேட்பார்கள். ஆனால் கணவரோ வேறு உறவினர்களோ துணைக்கு இல்லாமல் தனியே இரண்டு குழந்தைகளை வளர்க்கும் சாகசத்தை இவர்களில் ஒருவரும் பாராட்டியதில்லை. சின்னஞ்சிறிய இரண்டு அறை கொண்ட வீட்டில் எல்லா வேலைகளையும் தானே செய்தபடி குழந்தைகளைப் பராமரிப்பது பற்றி யாரும் அக்கறையோடு பேசியதில்லை. அந்தக் குழந்தைகளின் குறும்பை இரசித்தபடி புன்னகையோடு கடந்து செல்லும் பொறுமையைச் சிலாகித்ததில்லை. ஒவ்வொரு நாளும் எந்த விபத்தும் ஏற்படாமல் கவனமாகப் பார்த்துக்கொள்ள வேண்டும் என்ற அவரின் முயற்சியை எவரும் கவனித்ததில்லை. இருந்தாலும் அந்தப் பெண்ணைக் குறித்த தங்களின் மதிப்பீட்டை அதிகார தோரணையோடு அறிவிப்பார்கள்.

இத்தனை பேர் குற்றவுணர்வையும் அவமானத்தையும் தூண்டும் சொற்களைச் சொன்னாலும் தன்னுடைய வருத்தம், அச்சம், கோபம் இவை எவற்றையும் அந்தப் பெண் வெளிப்படுத்தியதில்லை. குழந்தைகளை அடிக்கும், தகாத சொற்களால் திட்டும், அறமற்ற செயல்களை செய்யும் பெற்றோரைக் காட்டிலும் தான் பரவாயில்லை என்று நினைத்துக்கொண்டாரோ என்னவோ. அந்த ஒரு தாய் மாத்திரம் எதிர்கொள்ளும் பிரச்னையல்ல இது. இந்த உலகில் இருக்கும் ஒவ்வொரு தாயும் அன்றாடம் இப்படி ஒரு விமர்சனத்தைத்தான் கேட்கிறார். குழந்தை வளர்ப்பு குறித்து யாரும் கருத்து சொல்லலாம். தாய்மார்களின் பொறுப்பற்ற தன்மை குறித்து எவரும் விமர்சிக்கலாம். மதிப்பீடு செய்வதும் ஒப்பிட்டுப்

பார்ப்பதும் ஒன்றோடொன்று கைகோர்த்து இணைந்து நடக்கும் இரட்டைக் குழந்தைகள் என்பது இப்போது தெளிவாகிறது அல்லவா.

அடுத்தவர்கள் நம்மைக் குறித்து மதிப்பிடுவது வலியை ஏற்படுத்துகிறது. அது குறித்து நாம் அவமானமுறுகிறோம். அதனால் பதிலுக்கு அடுத்தவர்களை நம்மோடு ஒப்பிட்டுப் பார்த்து அந்த வலியையும் அவமானத்தையும் ஆற்றிக்கொள்கிறோம். எனவே புரிந்துணர்வை வளர்த்துக்கொள்ள வேண்டும் என்ற விழைவு கொண்டவர்கள் மதிப்பீடு செய்வதையும் முன்முடிவோடு செயல்படுவதையும் நிறுத்தும் வழிகளை அறிந்து அதன்படி நடக்கவேண்டும்.

நம் எண்ணம், உணர்வு, பேச்சு இவை எல்லாவற்றிலும் விழிப்புணர்வு தேவை. வார்த்தைகளில் வெளிப்படாவிட்டாலும் உடல்மொழி காட்டிக்கொடுத்துவிடும். எப்போதும் சொல்வது போல அடுத்தவர்களை நல்வழிப்படுத்த முனைவதற்கு முன்னர் நம்மை நாமே மாற்றிக்கொள்ளும் வழிகளைக் கண்டறிந்து அதன்படி நடக்கவும் வேண்டும். செய்வோமா?

•

33. அன்றாட வாழ்வில் புரிந்துணர்வு அவசியமா?

புரிந்துணர்வை வளர்த்துக்கொள்ள மற்றவர்களின் கோணத்தில் இருந்தும் பார்க்கக் கற்றுக்கொள்ள வேண்டும். கூடவே ஒப்பிடுவதையும் மதிப்பீடு செய்வதையும் முன்முடிவுகளையும் கைவிட வேண்டும். இவற்றோடு மற்றவர்களின் உணர்வு களைப் புரிந்துகொள்ளும் முயற்சியும் இணைய வேண்டும்.

ஒவ்வொரு நாளும் நமக்குள் பல்வேறு உணர்வுகள் எழுகின்றன. உணர்வுக் கலவையாகவும் பிழம்பாகவும் இருக்கிறோம். ஆனால் நமக்குள் எழும் உணர்வுகளை முழுமையாக உணர்கிறோமா என்றால் இல்லை என்றுதான் சொல்லவேண்டும். அவசர உலகின் இழுபறி ஒரு பக்கம். உணர்வுகள் உடலில் கிளர்த்தும் பரபரப்பு, வலி, எரிச்சல் போன்றவற்றை எதிர்கொள்வதில் தயக்கமும் அச்சமும் இன்னொரு பக்கம். இப்படியாக உணர்வுகளால் ஏற்படும் தாக்கத்தைப் புரிந்து கொள்ளாமல் எதிர்வினையாற்றுகிறோம்.

எதிர்பார்த்த விஷயம் நடக்கவில்லை என்றால் ஏற்படும் ஏமாற்றத்தையும் வருத்தத்தையும் கோபமாகவும் எரிச்சலாகவும் வெளிப்படுத்திய கணங்கள் உண்டல்லவா. சில அத்தியாயங்களுக்கு முன்னர் உணர்வுகளின் பட்டியலைத் தயார்செய்தது நினைவிருக்கலாம். எதிர்பார்த்துக் காத்திருந்த பதவி உயர்வு நமக்குக் கிடைக்காமல் நண்பருக்குக் கிடைத்தால் எழும் உணர்வுக்கும் பக்கத்துக்கு வீட்டுக்குச் செய்தித்தாளைப் போட்டுவிட்டு நம் வீட்டுக்குப் போடாமல் மறந்துவிட்டுப் போகையில் தோன்றும் உணர்வுக்கும் வித்தியாசம் உண்டே. ஏமாற்றம், வருத்தம், விரக்தி, வெறுப்பு, பொறாமை, காழ்ப்புணர்ச்சி, எரிச்சல் – இந்தப் பட்டியலில் இருந்து முதல் நிகழ்வுக்கும் இரண்டாவது நிகழ்வுக்கும் பொருத்தமான உணர்வுகளைத் தேர்ந்தெடுங்கள் என்று சொன்னால் தெளிவாகப் புரிகிறதல்லவா.

பால் பொங்கிவிட்டது அல்லது கீழே சிந்திவிட்டது என்று வைத்துக்கொள்ளலாம்.

- இருக்கும் வேலையில் இதை வேறு நானே துடைத்துச் சுத்தம் செய்யவேண்டுமே.
- காலை காபியை கடைக்குப் போய் பால் வாங்கி வந்தால்தானே குடிக்கமுடியும்.
- பசியோடு இருக்கும் குழந்தை பால் இல்லையென்றால் அழுமே.
- விருந்தினர் வரும் வேளையில் இதை வாங்க கடைக்கு ஓட வேண்டுமே.
- கடையில்லாத ஊரில் இனி நாளைதானே பால் கிடைக்கும்.
- பால் இல்லையென்றால் பால் பவுடர் காபி அல்லது கடுங்காபி குடிக்கவேண்டுமா
- காபி இல்லையென்றால் கணவன் / மனைவி / மாமியார் / அப்பா வேறு கோபப்படுவாரே.

ஒவ்வொரு வாக்கியத்திலும் வெளிப்படும் உணர்ச்சி என்ன என்பதைப் பாருங்கள். ஆனால் இவை எல்லாவற்றையும் தனித்தனியாகப் பிரித்துணர முடியாமல் ஒன்று பச்சாதாபம் முட்டிக்கொண்டு அழுவோம் அல்லது ஆற்றாமை பெருக்கெடுத்து கோபத்தில் கத்துவோம். வேறு சில பிரச்னைகளும் சேர்ந்து கொண்டால் ஆற்றாமை கழியும் வரையில் கோபத்தில் பேசிக் கொண்டே இருப்போம். கத்த முடியாத சூழல் என்றால்

வெறுப்பிலும் வருத்தத்திலும் புலம்புவோம். சில நேரம் ஐந்து ரூபாய் பெறாத விஷயத்துக்கு ஐயாயிரம் ரூபாயைத் தொலைத்தது போல எதிர்வினையாற்றுவோம்.

இதெல்லாம் ஏன் நடக்கிறது? நம்மில் பலருக்கு அலைபோல எழும் உணர்வுகளைப் புரிந்துகொள்ள முடியவில்லை. அதைச் செய்யமுடிந்தால் பிரச்னைகளுக்குத் தீர்வுகாண்பது எளிது. ஆனால் இதுவரையில் குடும்பத்திலோ கல்விநிலையங்களிலோ எங்குமே உணர்வுகளைப் பிரித்துணரும் திறனை யாரும் கற்றுத்தந்ததே இல்லை. நாம் இருக்கும் சூழல், நம்மோடு உரையாடும் நபர், நம்முடைய உணர்வுகள் இவற்றை ஒருங்கிணைத்து அதற்குத் தகுந்த எதிர்வினையாற்ற முடியாமல் திணறுகிறோம். இதனால் நெருங்கிய உறவுகளில் நெருக்கமும் பிணைப்பும் ஏற்படுவதற்குப் பதிலாகப் பிணக்கும் விரிசலும் ஏற்படுகிறது.

உணர்வுகளைப் பகுத்தறியும் திறனை எமோஷனல் கோஷன்ட் அல்லது எமோஷனல் இன்டெலிஜென்ஸ் என்கிறார்கள். சிறந்த தலைவராக வேண்டும் என்றால் தனக்குள் எழும் உணர்வுகளைப் பகுத்தறியும் திறனை வளர்த்துக்கொள்வது அவசியம் என மேலாண்மை மற்றும் உளவியல் வல்லுநர்கள் கூறுகிறார்கள். தன்னுடைய உணர்வுகளைப் பகுத்தறிந்து புரிந்துகொள்ளும் திறன் உள்ளவரால்தானே அடுத்தவர்களின் உணர்வுகளையும் புரிந்து கொள்ளமுடியும்.

மேடைப் பேச்சு அல்லது இசை நிகழ்ச்சி நடக்கிறது என்று வைத்துக் கொள்ளலாம். கூட்டத்தின் விருப்பத்துக்கேற்ப பேசவில்லை, பாடவில்லை என்றால் எழுந்துபோய் விடுவார்கள் அல்லவா. பெரிய தலைமைப் பதவி, மேடை நிகழ்ச்சியை எல்லாம் விடுங்கள். அன்றாட வாழ்க்கைக்கு வருவோம். ஒன்றுமில்லை, அக்கம் பக்கத்தில் இருப்பவர்களோடு அரட்டையடிக்கும்போது கூட இந்தத் திறன் தேவையாக இருக்கிறதே. யாரிடம் எதைப் பேசவேண்டும் என்ற வரைமுறை இல்லாமல் பேசுபவர்களைச் சந்தித்திருப்போம். இதில் கல்வி கற்றவர், கல்லாதவர் என்ற பாகுபாடெல்லாம் இல்லை. ஏதோ ஒரு சந்தர்ப்பத்தில் நாமேகூட இப்படி நடந்திருப்போம். ஆனால் தொடர்ந்து இதுபோலச் செய்பவரைப் பார்த்தாலே ஓட்டம் எடுப்போமல்லவா.

அதுவே எதிரில் இருப்பவரின் உணர்வுகளைப் புரிந்துகொண்டு அதற்கேற்றாற் போலப் பக்குவமாகப் பேசுவது அல்லது உளமறிந்து செயல்படுவது எனப் புரிந்துணர்வை வெளிப்படுத்தும் நபர்களைப்

பார்த்தாலே இதமாக இருக்கும். இப்படி ஒருவருக்கொருவர் இசைந்து, இணைந்து வன்முறையற்ற தகவல் பரிமாற்றத்தைச் செய்துகொண்டால் அவமானத்தால் கூனிக் குறுகித் துவள்வதற்கு பதில் இது நம்மைப் போல எல்லோரும் எதிர்கொள்ளும் பிரச்சினைதான் என்ற தெளிவு பிறக்கிறது. ஆக, எதிரில் இருப்பவரின் உணர்வுகளைப் புரிந்துகொள்வதோடு அதை எப்படித் தெரிவிக்கிறோம் என்பதும் முக்கியம்.

இங்கே இன்னொரு விஷயத்தையும் நினைவில்கொள்ளவேண்டும். அவமானத்தில் சிக்கித் தவிப்பவரின் உடன் இருப்பவர்களைப் பற்றிக் குற்றம்சாட்ட ஒரு வாய்ப்பாக இதை எடுத்துக்கொள்ளக் கூடாது. 'உனக்குத்தான் நேரமில்லை. அவன் / அவளாவது செய்திருக்கலாம் அல்லவா?' என்று சொல்வது கோபத்தை மடைமாற்றுமே தவிர அவமான உணர்வைக் களைய உதவாது. சொல்லப்போனால் கூடுதலான உறவுச் சிக்கலையும் ஏற்படுத்தக் கூடும். இந்தச் சூழலில் கவனமுழுவதும் நண்பரின் அல்லது உறவினரின் அவமான உணர்வைக் களைவதில் இருக்கவேண்டும். 'உன்னுடன் இருப்பவர்களும் உருப்படியல்ல,' என்று சொல்லி அதிகப்படுத்தக்கூடாது.

வாழ்க்கையில் நேசம் மலரவும் வன்முறையற்ற தகவல் பரிமாற்றத்தைக் கடைப்பிடிக்கவும் ஒருவரோடு ஒருவர் புரிந்துணர்வோடு வாழவும் இத்தனை முயற்சி தேவையா என்று மலைப்பாக இருக்கிறதா? ஆனால் இந்த மாற்றங்களைச் செய்துகொள்வது மூலம் நாம் அடையும் மனநிம்மதியையும் சுற்றி உள்ளவர்கள் நம்மிடம் காட்டும் நட்புணர்வையும் அனுபவித்துப் பார்த்தால் வாழ்க்கை இத்தனை எளிதானதா, அதை ஏன் இத்தனை சிக்கல் கொண்டதாக ஆக்கிக்கொண்டோம் என்று தோன்றும்.

●

34. குடும்ப வன்முறை அவமான உணர்வைத் தூண்டுவது ஏன்?

சமீப காலமாக, குடும்ப வன்முறை குறித்த இந்தியத் திரைப்படங்கள் வெளிவரத் தொடங்கியுள்ளன. தனி மனிதனின் குரலுக்கு, அதிலும் குறிப்பாக எளியவர்கள் மற்றும் பெண்களின் குரலுக்கும் அடிப்படை உரிமைக்கும் செவிசாய்க்க வேண்டும் என்பது வலியுறுத்தப்படுகிறது. இணையர்களாக இருந்தாலும் தனி மனிதர்களின் உரிமையைப் பேணவேண்டும் என்பது தெளிவாக முன்வைக்கப் படுகிறது. இதுவரையில் இது பற்றிய பொது விவாதமே நடந்திருக்காத நிலையில் இப்படியான கதைக்கருவை யோசித்து அது குறித்து திரைப்படம் எடுப்பதே பாராட்டுக்குரியது. பல வருடங்களாகப் பேசாத குழந்தை வாயைத் திறந்து சில சொற்களைச் சொல்வது போன்றது.

காலங்காலமாகக் குடும்பத்தில் இருக்கும் வலியவர்கள் எளியவர்கள்மீது தொடுக்கும் வன்முறை இயல்பானதாக மாறிவிட்டிருக்கிறது.

குறிப்பாக இணையரின்மீதும் குழந்தைகளின்மீதும் வயதான பெற்றோரின்மீதும் குடும்பத்தினர் தொடுக்கும் வன்முறையை யாருமே கேள்விகேட்பதில்லை. அது தவறு என்பதுகூடத் தெரிவதில்லை. கூடவே பாதிக்கப்பட்டவர்கள் இது குறித்துப் பேச அவமானப்படுகிறார்கள். குடும்பத்தினரைப் பற்றி அடுத்தவர்களிடம் சொல்வதா என்று சங்கடப்படுகிறார்கள்.

சமூக ஊடகங்களின் தாக்கம் அதிகரித்துள்ள இந்தக் காலகட்டத்தில் குடும்ப வன்முறை குறித்த விவாதங்கள் பொதுவெளியில் கொஞ்சம் கொஞ்சமாக முன்னெடுக்கப்படுகின்றன. திரைப்படங்கள் குறித்தும் சமூகத்தில் பெண்களின் நிலை குறித்தும் அலசி ஆராய்வதைப் பார்க்கமுடிகிறது. பொதுமக்களின் மனதில் இவை குறித்த தெளிவான கருத்து உருவாகவில்லை என்றாலும் வன்முறை தவறு, அதைப் பொறுத்துக்கொண்டு வாழ்க்கையை நடத்த வேண்டிய தில்லை என்ற எண்ணம் விதைக்கப்பட்டுள்ளது. மாறிவரும் சிந்தனைப் போக்கு கேள்விகேட்க வைக்கிறது. வயதில் மூத்தவர்கள், இளைஞர்கள், படித்தவர்கள், கல்வி கற்கும் வாய்ப்பை இழந்தவர்கள் என்று எல்லோரும் குடும்ப வன்முறை குறித்துப் பேசுவது வரவேற்கத்தக்கது. இப்படி ஒரு கலந்துரையாடலை முன்னெடுத்தால் மட்டுமே காலப்போக்கில் 'எது சரி, எது தவறு,' என்பது தெளிவாகும்.

இவற்றில் சில திரைப்படங்கள் குறித்து சமூக ஊடகங்களில் நடந்த விவாதங்களில் பகிரப்பட்ட சில கருத்துக்களைப் பார்க்கலாம். 'படித்த, தைரியமான பெண் அடித்துத் துன்புறுத்தும் கணவனை விட்டுப் பிரியாமல் இருப்பது முட்டாள்தனம்.' 'இந்தக் காலத்திலும் பெல்டால் அடிவாங்கிக்கொண்டு மௌனமாக இருக்கும் பெண்ணா என்பதை நம்பமுடியவில்லை.' 'குடும்பத்தில் நடக்கும் வன்முறை பற்றி வெளிப்படையாகப் பேசினால் எல்லோருக்கும் புரிந்திருக்குமே.'

இந்தத் திரைப்படங்களில் தோன்றும் பெண்கள் நாம் அன்றாடம் சந்திக்கும் பேசிப் பழகும் எளிய பின்னணியைச் சேர்ந்த பெண்களின் சித்தரிப்புகள். பல நாட்களாகவோ வருடங்களாகவோ வன்முறை செய்பவர்களைச் சகித்துக்கொண்டு வாழ்கிறார்கள். ஆனால் ஏதோ ஒரு கட்டத்தில் இனிமேலும் பொறுக்கமுடியாது என்ற எண்ணம் ஏற்பட்டு ஒரே நாளில் எல்லாவற்றையும் விட்டுவிட்டு வெளியேறுவதைப் பார்க்கிறோம். (பெரும்பாலான நேரத்தில் திரைக்கதையில் குறியீடாக மட்டுமே இது இருக்கிறது என்பது வேறு

விஷயம்.) 'இதை ஏன் முதலிலேயே செய்யவில்லை', என்பதுதான் பெரும்பாலானவர்களின் கேள்வி. வெளியில் இருந்து நாம் என்ன விமர்சனம் செய்தாலும் அறிவுரை சொன்னாலும் ஒருவரின் வாழ்க்கையை இன்னொருவர் வாழமுடியாது என்பதைப் புரிந்துகொள்ளவேண்டும்.

இப்படிப் படிந்து போன விஷயங்களை மாற்றியமைப்பதில் பாதிக்கப்பட்டவர்களின் வாழ்வியல், மன உறுதி, குடும்பச் சூழல், குடும்பத்தினரின் ஆதரவு, புரிதல் போன்ற காரணிகள் முக்கியப் பங்கு வகிக்கின்றன. ஏனெனில் பாதிக்கப்பட்டவர்களின் கூற்றை முழு மனதோடு கேட்கவேண்டும் என்பதைக் காட்டிலும் நடுநிலையாளராக இருக்கவேண்டும் என்ற எண்ணமே நமக்குள் மேலோங்குகிறது. எந்தப் பிரச்னையிலும் இரண்டு பக்கத்தையும் முழுவதுமாகத் தெரிந்துகொள்ளவேண்டும் என்று நினைத்துக் கொண்டு கேள்விகளை எழுப்புகிறோம். 'இந்த வன்முறையில் உன் பங்கு என்ன?', 'நீ என்ன செய்தாய்?', 'உன் பேச்சும் செயலும் இதற்குத் தூண்டுகையாக இருந்திருக்குமோ?' போன்ற கேள்விகளை எதிர்கொள்ளும்போது பாதிக்கப்பட்டவர்கள் தன்னுடைய புரிதலின்மீது சந்தேகம் கொள்கிறார்கள். நடந்தவை எல்லா வற்றுக்கும் தன்னுடைய மனப்பாங்கும் செயல்களும் எதிர் வினைகளும் காரணமாக இருக்குமோ என்று நினைத்து அவமானமும் குற்றவுணர்ச்சியும் கொள்கிறார்கள். தான் எதிர் கொள்ளும் வன்முறையைப் பற்றிப் பெற்றோர், உடன்பிறந்தவர்கள் என நெருங்கிய உறவுகளிடம்கூடப் பேசத் தயங்குகிறார்கள்.

சிலருக்குப் பொருளாதார சுதந்திரம் இருக்காது. இன்னும் சிலருக்குக் கணவனை விட்டுப் பிரிந்து வாழ்க்கையில் போராட்டங்களைச் சந்திக்க அச்சமிருக்கும். குடும்பத்தில் அமைதி நிலவ பெண்கள் பொறுமையாக இருக்கவேண்டும் என்ற எண்ணத்தைப் பொதுச் சமூகம் இன்னமும் மாற்றிக்கொள்ள வில்லை. குடும்பத்தில் பிரச்னை என்றால் பெண்ணுக்குத்தான் அறிவுரை வழங்கப்படுகிறது. உடைந்துபோன குடும்பங்களுக்குப் பெண்தான் முக்கிய காரணம் என்று சுட்டுகிறோம். இதனால் மற்றவர்களின் கேள்விகளுக்குப் பதில் சொல்லவேண்டும், தலைகுனிந்து நிற்கவேண்டும் என்ற பயமும் சேர்ந்துகொள்கிறது. இன்னொரு விஷயம். இதுபோன்ற வன்முறையைச் செலுத்தும் கணவர்கள் தங்களைவிட்டு மனைவி பிரிந்துசெல்ல எளிதில் அனுமதிப்பதில்லை. அப்படியே பிரிந்து சென்றாலும் இன்னும் பலவிதமான அழுத்தமும் நெருக்கடியும் தரும் கொடுமைகளைச்

செய்கிறார்கள் என்பதுதான் உண்மை. இப்படி ஒவ்வொருவரும் சூழ்நிலையின் கைதியாகத்தான் இருக்கிறோம். எனவே பாதிக்கப்பட்டவர்கள் குறித்த நம்முடைய மதிப்பீடுகளைக் குற்றச்சாட்டாகத் தெரிவிக்கக்கூடாது. ஒரு குழந்தை ‘பெற்றோர் அடிக்கிறார்கள், மனதுக்கு ஒவ்வாதவற்றை செய்யக் கட்டாயப் படுத்துகிறார்கள்,’ என்று யாரிடம் புகார் சொல்லும். எங்கே போய் என்ன சொன்னாலும் மீண்டும் பெற்றோருடன்தானே வாழவேண்டும். இது ஒரு சமூக உளவியல் பிரச்னை என்கிறார்கள் உளவியல் வல்லுநர்கள்.

தொடர்ச்சியான வன்முறைக்கு ஆளாகும் மனிதர்கள் தன்மீது செலுத்தப்படும் வன்முறையை உணர்வதற்கே பல காலம் பிடிக்கிறது. அதுவும் அவர்கள் வளர்ந்த சூழலில் வன்முறை அன்றாடம் எதிர்கொள்ளும் விஷயமாக இருந்தால் அதை உணரும் திறன் மழுங்கடிக்கப்படுகிறது. தன்மதிப்பையும் சுய மரியாதையையும் இழந்த காரணத்தால் தன்னை மற்றவர்கள் எப்படி நடத்தவேண்டும் என்ற புரிதலும் இருக்காது. இவர்களால் தன் நிலைமையை ஓர் அதிரடியான நொடியில் புரிந்துகொள்ள முடியாது. ஒரு வேளை புரிந்தாலும் உடனடியாக அதை எதிர்த்துச் செயலாற்ற முடியாது.

அதே காரணத்தால்தான் தங்களுடைய அவமான கதையை ஒரே மூச்சில் சொல்ல முடியாது. சிறிது சிறிதாகத் தைரியத்தை வரவழைத்துக் கொண்டு கொஞ்சம் கொஞ்சமாகத் தன்னுடைய கதையைச் சொல்கிறார்கள். வெங்காயத் தோலைப் போல உரிக்க உரிக்கத்தான் அடுத்த அடுக்கைப் பார்க்கமுடியும். சிக்கலான நூல்கண்டின் ஒவ்வொரு முடிச்சாக அவிழ்ப்பது போல வாழ்க்கையின் ஒவ்வொரு கட்டத்தின் சிக்கலையும் பொறுமையாக அவிழ்க்க அவர்களுக்கு அவகாசம் தரவேண்டும்.

முதல் கட்டமாகத் தன்மீது செலுத்தப்படும் வன்முறையை உணர்ந்து அதுகுறித்து மற்றவர்களிடம் பேச முனைவதே சாதனை என்றுதான் சொல்லவேண்டும். இப்படித் தைரியத்தை வரவழைத்துக்கொண்டு பேசுபவர்களின் கதையை முன்முடிவுக்கு வராமல் மதிப்பீடு செய்யாமல் கேட்க முடியுமென்றால் நம்மையே பாராட்டிக் கொள்ளலாம். அந்த நேரத்தில் நாம் காட்டும் புரிந்துணர்வும் பரிவும் பாதிக்கப்பட்டவர்களின் அவமான உணர்வைக் குறைக்கிறது. தன் நிலைகுறித்து எழும் பச்சாதாபத்தை முறியடித்து மீட்டெழுச்சி கொள்ள உதவுகிறது.

இங்கே இன்னொன்றையும் சொல்லியாகவேண்டும். இதுபோன்ற நிகழ்வுகளை வெளிப்படையாகப் பேசுவதற்கு ஆதரவு தரவேண்டும். நம்முடைய உண்மைக் கதைகளை மற்றவர்களோடு பகிர்ந்துகொள்ளுகையில் நம்முடைய தைரியத்தையும் துணிச்சலையும் அடுத்தவருக்குக் கடத்துகிறோம். நம் குழந்தைகள், உறவுகள், தெரிந்தவர்கள், தெரியாதவர்கள் என்று யார் யாரோ இந்தக் கதையைக் கேட்டு அவர்களின் வாழ்க்கையில் துணிச்சலான முடிவுகளை எடுக்கிறார்கள்.

•

35. புரிதல் படிநிலை குறித்த பார்வை மாற்றம் தேவையா?

பல நேரத்தில் குடும்பத்திலும் நெருங்கிய நண்பர்களுக்கும் பல அறிவுரைகளை, நல்வழிப் படுத்தும் கருத்துகளைச் சொல்லி இருப்போம். நம்மைப் போன்றவர்கள் என்பதால் நம்முடைய வழிமுறை அவர்களுக்கும் பயன்படும் என்ற வலுவான எண்ணத்தைக் கொண்டிருப்போம். ஆனால் அவர்களின் விருப்பப்படி நடந்து கொள்வார்கள். அதே போலப் பணியிடத்தில் குறிப்பிட்ட வேலையை இப்படித்தான் செய்ய வேண்டும் என்ற செயல்முறையைச் சொல்லி இருப்போம். எத்தனை சொல்லியும் அவர்களுக்குத் தோன்றியபடி செய்வார்கள்.

இதுபோல நாம் சொல்வதைக் கேட்டு நடக்காத போது நமக்குள் தோன்றும் உணர்ச்சிகள் என்ன? எத்தனை முறை சொன்னாலும் இப்படிச் செய்கிறாயே என எரிச்சல் ஏற்படும். சொன்னபடி செய்யாவிட்டால் ஏற்படும் விளைவுகள் குறித்து

உனக்குத் தெரியவில்லையே என்று பதற்றம் கொள்வோம். உன் விருப்பப்படி நடப்பதென்றால் என்னுடைய நேரத்தை ஏன் வீணடித்தாய் என்ற கோபமும் வெறுப்பும் வரும். 'நான் சொல்வதொன்று நீ செய்வதொன்றா', 'நான் சொல்வதைத்தான் நீ கேட்கவேண்டும்', இப்படியான தன்முனைப்பால் எழும் அதிகாரத் தொனியும் ஒலிக்கும்.

நம் சொல்படி நடக்காதவர்களிடம் வன்முறை தொனிக்கும் சொற்களைப் பேசுவதோடு உடல்மொழியையும் வெளிப்படுத்துவோம். பணியிடம் என்றால் மேலதிகாரியின் உத்தரவு அல்லது கருத்துக்கு மாறாக நடந்துகொண்டதற்காக ஒழுங்கு நடவடிக்கைகூட எடுப்போம். இதனால் அடுத்தவர்களுக்கு நம்மிடத்தில் பயமும் வெறுப்பும் ஏற்படும். பணியிடத்தில் வேண்டுமானால் இந்த அச்சம் மேலதிகாரியின் சொல்லுக்கு அடிபணிந்து நடக்கவேண்டும் என்பதை வலியுறுத்த உதவலாம். ஆனால் நாளடைவில் இரு சாராருக்கும் நடுவில் இடைவெளியை ஏற்படுத்தும் என்பது நிச்சயம். உறவினர், நண்பர் என்றால் கேட்கவே வேண்டாம். இருவருக்கும் இடையேயான உறவு இழுபறியில் இருக்கும்.

இதைக் கேளுங்கள். நண்பரின் வீட்டில் சமையல் வேலை செய்வதற்காக ஒருவரை நியமித்தார்கள். முதல் மாதம் அந்தக் குடும்பத்தின் சுவைக்கும் தேவைக்கும் ஏற்ப எப்படிச் சமைப்பது என்று பொறுமையாக கற்றுக்கொடுத்தார்கள். இரண்டு, மூன்று மாதம் என்று நாட்கள் கடந்தாலும் சமையல் வேலை செய்பவருக்கு எதை எப்படிச் செய்யவேண்டும் என்பது பிடிபடவேயில்லை. சொல்லப்போனால் அடிப்படையான சமையல்கூட அவருக்குத் தெரியவில்லை என்பதுதான் உண்மை. கூடவே இடக்கு மடக்கான பேச்சு வேறு. நீங்கள் இப்படி மாறுங்கள், அப்படிச் செய்யுங்கள் என்பது போன்ற அறிவுரையை நண்பருக்குச் சொல்ல ஆரம்பித்தார்.

நண்பர் இயல்பாகவே பணியாளர்களை மரியாதையாக நடத்துவார். ஆனால் வேலை செய்பவரின் எதிர்ப்பேச்சினால் எரிச்சல் ஏற்பட்டு தினமும் இருவருக்கும் இடையே வாக்குவாதம் தொடங்கும். பல முறை சொல்லிக்கொடுத்தாலும் அதே தவறுகளைச் செய்வதால் நிம்மதியாக வாய்க்கு ருசியாக உணவுண்ண முடியாமல் போகும் நிலைமை. இறுதியில் ஒரு நாள் நண்பர் பொறுக்கமுடியாமல் 'செய்த தவறுக்கு நீங்களே தலையில் ஓங்கி குட்டு வைத்துக்கொள்ளுங்கள்,' என்றார். அன்றுதான் தனக்குள் இருந்து வெளிப்படும்

வன்முறையைப் புரிந்துகொண்டார். ஓரிரு நாளில் பணியாளரை நிறுத்திவிட்டார்.

வீட்டுவேலை, சமையல் பணி போன்றவை முறைசாரா பணி என்றாலும் முதலாளி-தொழிலாளி என்ற அமைப்பும் படிநிலையும் இல்லாமல் போவதில்லை. ஆனால் அலுவலகத்தில் நடப்பதுபோல மேலதிகாரியின் ஆணைப்படி நடக்கவேண்டும், இல்லையென்றால் ஆய்வுக் குழுவின் கேள்விகளுக்குப் பதில் சொல்லவேண்டும், ஒழுங்கு நடவடிக்கையை எதிர்கொள்ளவேண்டும் போன்ற செயல்முறைகள் கிடையாது. இங்கே நிலவும் உறவு மாறுபட்டது. என்றாலும் அந்தக் குடும்பத்துக்கு ஏற்ற வகையில் பணியாளரும் பணியாளரின் செயல்பாட்டுக்கு ஏற்ப சிற்சில மாற்றங்களைக் குடும்பமும் மேற்கொண்டால்தான் உறவு நீடிக்கும்.

இப்படிப்பட்ட சூழலை நம்மில் பலரும் எதிர்கொண்டிருப்போம். இங்கே வன்முறையற்ற தகவல் பரிமாற்றச் செயல்முறையை நடைமுறைப்படுத்த சில வலுவான நடவடிக்கைகளை எடுக்கவேண்டும். ஒத்துவராத பணியாளரை வேலைக்கு வைத்துக்கொண்டு மல்லுக்கட்டுவது அவசியமில்லை என்பது நண்பருக்குத் தெரியவில்லை. தான் இருந்த இக்கட்டில் யாராவது வந்து சமைத்தால் போதும் என்ற எண்ணம் மேலோங்கி இருந்தது. புதிதாக ஒருவரைத் தேடி வேலைக்குச் சேர்த்து எல்லாவற்றையும் முதலில் இருந்து கற்றுக்கொடுக்கவேண்டுமே என்ற சலிப்பு. குடும்பத்தினர் ஒத்துழைக்க மறுத்தால் என்ன செய்வது என்ற பயம். எல்லாமாகச் சேர்ந்து ஒவ்வாத சூழலையும் பணியாளரையும் சகித்துக்கொள்ளும் நிலைமைக்குத் தள்ளியது.

இதில் இன்னொரு விஷயமும் இருக்கிறது. 'சமையல் பணி செய்பவரால் பல மாதம் கழித்தும் சமையல் கற்றுக்கொள்ள முடியவில்லையே, ஏன்?' என்ற கேள்வியை நண்பர் ஏன் கேட்கவில்லை என்பதுதான் அது. 'சமையல் தெரியும் ஆனாலும் தெரியாதது போல நடிக்கிறார்', 'எனக்கு எரிச்சல் ஊட்டுவதற்காக வேண்டுமென்றே இப்படிச் செய்கிறார்', என்ற எண்ணம் இருந்திருக்கலாம். 'அவருக்குத் தெரிந்தும் வேண்டும் என்றே செய்கிறார் அல்லது தெரியாதது போல நடிக்கிறார்', என்று தானே நாமும் பல சந்தர்ப்பங்களில் நினைக்கிறோம்.

ஆனாலும் அது ஒரு கோணத்தில் இருந்து பார்க்கும் பார்வை மட்டுமே அல்லவா. ஒருவேளை அந்தப் பணியாளருக்கு கற்றல் குறைபாடு அல்லது அதுபோன்ற வேறு குறைபாடுகள் இருக்கலாம்.

பணியாளர்களைப் பற்றி நம்மில் யாரும் இந்தக் கோணத்தில் சிந்திப்பதேயில்லை. இது எல்லா உறவுகளிலும் எத்தனை பெரிய இடைவெளியை ஏற்படுத்துகிறது. நன்றாக வேலைசெய்து நல்ல பெயர் எடுத்துப் பணம் சம்பாதிக்கவேண்டும் என்றுதான் எல்லோருமே நினைப்பார்கள். அப்படி நடந்துகொள்ள வில்லையென்றால் பணி செய்வது, நற்பெயரைப் பெறுவது பற்றிய அவர்களின் புரிதல் அவ்வளவுதான் என்பதுதானே உண்மை. சில பணியாளர்கள் விட்டேற்றியாக இருப்பதும் பொய்யல்லவே என்ற கேள்வி எழலாம். அவர்களின் புரிதல் அவ்வளவுதான் என்பதுதான் உண்மை. எல்லோருமே அவரவரின் புரிதல் எந்தப் படிநிலையில் இருக்கிறதோ அங்கிருந்துதான் செயலாற்றுகிறோம்.

அலுவலகத்தில் புதிதாகப் பணிக்குச் சேர்ந்த இளைஞர்களில் ஒருவர் அவர். முக்கியமான வேலையாக இருக்கும்போது கேட்காமல் அழைப்பார். பாதி வேலையில் நிறுத்தி அவருக்கு விளக்கம் தந்துவிட்டு மீண்டும் செய்யத்தொடங்கும் போது வேலையில் தொய்வு ஏற்பட்டிருக்கும். முதலில் இரண்டொரு முறை அழைக்கலாமா என்று கேட்காமல் அழைக்கிறாரே என்று எரிச்சல் ஏற்பட்டது. அவர் ஏன் அப்படி நடக்கிறார் என்பதைப் பரிவுடனும் புரிந்துணர்வுடனும் அணுகவேண்டும் என்ற விழிப்புணர்வு ஏற்பட்டதும் வெவ்வேறு கோணத்தில் இருந்தும் சிந்தித்தேன்.

இளைய தலைமுறை என்பதால் அதிகப்படியான மரபொழுங்கு தேவையில்லை என எண்ணியிருக்கலாம். அல்லது என்னுடைய பங்களிப்பு இல்லாமல் அவருடைய வேலையை முடிக்கமுடியாது என்ற நிலைமை இருக்கலாம். எல்லாவற்றுக்கும் மேலாக வேலை கொடுத்தவரை எப்போது வேண்டுமானாலும் அழைக்கலாம் என்பது அவருடைய புரிதலாக இருக்கலாம். இப்படி ஒரு நிகழ்வுக்குப் பல காரணங்கள் இருக்கலாம் என்பது புரிந்ததும் எரிச்சல் குறைந்தது. வன்முறையற்ற தகவல் பரிமாற்றச் செயல் முறையின்படி என்னுடைய தேவையை அவரிடம் தெளிவாகச் சொல்ல முற்பட்டேன். அப்படிச் செய்தால் எனக்குள் என்ன உணர்வுகள் தோன்றும் என்பதையும் பகிர்ந்துகொண்டேன். நேர மேலாண்மை குறித்து ஓரிரு வார்த்தைகள் சொன்னதோடு, ‘இனி கேட்டுவிட்டு அழையுங்கள்,’ என்றேன். அன்று முதல் அதன்படியே நடக்க ஆரம்பித்தார்.

இந்த இளைஞரைப் போலவே நாமும் பல நேரங்களில் நடந்துகொண்டிருப்போம், ஆனால் அதை உணர்ந்திருக்க மாட்டோம். இது தெரிந்துகொண்டும் வேண்டுமென்றே

செய்வதல்ல, நம்முடைய அப்போதைய புரிதல் என்னவோ அந்த நிலையில் இருந்து செயல்பட்டிருப்போம்.

எளிமையான விஷயம்தான், ஆனாலும் பார்வை மாற்றம் தேவை என்பதைப் புரிந்துகொள்ளத் தவறுவதால் எத்தனை மன உளைச்சலுக்கு ஆளாகிறோம். வன்முறையற்ற தகவல் பரிமாற்றச் செயல்முறை இந்த விழிப்புணர்வு ஏற்பட உதவுகிறது. வாழ்க்கையை சிக்கல் அற்றதாக மாற்றிக்கொள்ளச் சின்ன மாற்றங்கள் போதும். செய்வோமா?

•

36. வன்முறை சுழற்சியை உடைப்பது எப்படி?

புரிதல் படிநிலை, பார்வை மாற்றம் ஆகியவை குறித்துத் தெரிந்துகொள்வது வன்முறையற்ற தகவல் பரிமாற்றத்தைக் கடைபிடிக்க உதவும் என்பதில் சந்தேகமில்லை. முறைசார்ந்த பணியிடத்தில் அழுத்தம் நிறைந்த சூழலில் குற்றம்சாட்டலும் பொறுப்புத் துறப்பும் அன்றாட நிகழ்வாகிவிட்ட போது புரிந்துணர்வோடும் பரிவோடும் கரிசனத்தோடும் செயல்பட முடியுமா என்ற கேள்வி எழலாம். வன்முறையற்ற தகவல் பரிமாற்றம் என்பது குறிப்பிட்ட இடத்தில் மட்டுமே கடைப்பிடிக்கவேண்டிய வழிமுறை, அதைச் செய்வதன்மூலம் மற்றவர்கள் உடனடியாக நமக்குத் தேவையான விதத்தில் நடந்து கொள்வார்கள் என்ற புரிதலினால் எழும் கேள்வி இது.

வன்முறையற்ற தகவல் பரிமாற்றம் என்பது வாழ்வியல் மாற்றம். நமக்கு மன நிம்மதியைத் தருவதோடு நாளடைவில் நம்மைச் சுற்றி இருப்பவர்களின் வாழ்க்கையிலும் அமைதி

ஏற்படுத்த உதவும் செயல்முறை. எங்கெங்கும் எப்போதும் யாரிடத்தும் எண்ணம், சொல், செயல் இவற்றின்மூலம் வன்முறையை வெளிப்படுத்தமாட்டேன், புரிந்துணர்வோடு நடப்பேன் என்ற உறுதியை மேற்கொள்வது. புத்தர், காந்தியடிகள், மார்ட்டின் லூதர் கிங், நெல்சன் மண்டேலா, திக் நாட் ஹன் போன்ற அமைதியின் தூதுவர்களின் வாழ்க்கையைப் பார்த்தால் இது புரியும். இந்தப் பட்டியலில் சமகாலத்தில் வாழும் உளவியல் வல்லுநர்களையும் வன்முறையில்லாத உலகை அமைக்கவேண்டும் என்று விழையும் அமைதி ஆர்வலர்களையும் அன்றாட வாழ்வில் சந்திக்கும் சாமானியர்களையும் இணைத்துக் கொள்ளலாம்.

நம்மில் பெரும்பாலானோர் தலைமுறை தலைமுறையாகப் பாதிக்கப்பட்டவர்களின் குழந்தைகளாகவே வளர்ந்திருக்கிறோம். பாட்டி, தாத்தா, அம்மா, அப்பா என்று நம் குடும்பத்துப் பெரியவர்கள் வன்முறையோடு வளர்க்கப்பட்டு நம் மீதும் அதே வன்முறையைச் செலுத்தினார்கள். இங்கே மீண்டும் வன்முறை என்ற சொல்லின் விளக்கத்தை நினைவுகூர வேண்டியுள்ளது. வெட்டு, குத்து, அடி, உதை மட்டுமே வன்முறையல்ல. பேச்சு, மௌனம், செயல், உடல்மொழி ஆகியவற்றின் மூலம் நமக்கு நெருக்கமானவர்களிடமும்கூட வன்முறையைக் காட்டுகிறோம்.

எள்ளல், பரிகாசம், கேலி, வர்ணிப்பு இவற்றையெல்லாம் நகைச்சுவை என்ற பேரில் உறவினர்களிடமும் நண்பர்களிடமும் அக்கம்பக்கத்தவர்களிடமும் வெளிப்படுத்துவதில்லையா. நகைச்சுவை என்பதோடு உள வலியைத் தணித்துக்கொள்ளவும் மன அழுத்த விடுவிப்பு முறையாகவும் இவை இருக்கின்றன என்பதையும் ஒப்புக்கொள்ள வேண்டும். ஆனால் இந்தத் தணிப்பு மற்றும் விடுவிப்பு முறைகளை எதிராளியின் முகத்துக்கு நேரே வெளிப்படுத்தினால் மற்றுமொரு வன்முறை சுழற்சி தொடங்குகிறது என்ற உண்மையை நாம் அறிவதில்லை.

ஒருவரை வர்ணிக்கும் பட்டப்பெயரைச் சூட்டுவது நம்முடைய நிறைவேறாத தேவைகள் குறித்த துயரத்தின் வெளிப்பாடு என்கிறார்கள் உளவியல் வல்லுநர்கள். இந்த மாதிரியான சூழலில் சில நிமிடங்கள் நிதானித்து ‘இந்த நேரத்தில் என்னுடைய தேவை என்ன,’ என்பதைச் சிந்திக்கவேண்டும். அடுத்தவரின்மீது நம்முடைய கோபத்தையும் எரிச்சலையும் வெறுப்பையும் வெளிப்படுத்துவதற்குப் பதிலாக தெளிவான எல்லைக்கோடுகளை வகுத்துக்கொண்டு நம்முடைய தேவைகளையும்

எதிர்பார்ப்புகளையும் அழுத்தமான வன்முறையற்ற மொழியில் சொல்லப் பழகவேண்டும். பட்டப்பெயர்களும் முத்திரைகளும் வாய்மொழி வன்முறையாகும். பேச்சின் வழியாக ஒரு நபரின்மீது மென்மையான முறையில் வன்முறை செலுத்துகிறோம் என்பதை இனங்காணத் தவறுகிறோம்.

'நீ எதற்கெடுத்தாலும் உணர்ச்சிவசப்படுகிறாய்,' என்ற குற்றச்சாட்டைப் பலமுறை எதிர்கொண்டிருப்போம் அல்லது அடுத்தவரின்மீது சுமத்தியிருப்போம். இதற்கு நம் உடனடியான எதிர்வினை என்னவாக இருக்கும். 'அவர் மனதில் நினைத்ததை எல்லாம் பேசுவார். ஆனால் நான் எந்த உணர்ச்சியுமில்லாத சடம் மாதிரி கேட்டுக்கொண்டிருக்கவேண்டும் என்கிறாரா.' 'அவர் என்ன வேண்டுமானாலும் சொல்லுவார், நான் அதைக் கேட்டும் கேட்காத மாதிரி இருக்கவேண்டுமா.'

இதையே கொஞ்சம் மாற்றி யோசித்து கேள்வியாகவும் கேட்டால் எப்படி இருக்கும்? 'நீங்கள் என்ன சொல்ல வருகிறீர்கள்? நீங்கள் சொல்வதை வேறு விதத்தில் புரிந்துகொள்ளவேண்டும் என்கிறீர்களா?' என்று கேட்கலாம் அல்லவா. இந்தக் கேள்விகளில் இயல்பாகவே தொனிக்கும் ஆர்வம் அடுத்தவரையும் கொஞ்சம் சிந்திக்கவைக்கும் அல்லவா. இதை நம் மனதிலும் மொழியிலும் இருத்திக்கொண்டு விழிப்புணர்வோடு பேசுவது அவசியம்.

வன்முறையற்ற தகவல் பரிமாற்றத்தில் சரி, தவறு, நல்லது, கெட்டது, இயல்பானது, இயல்புக்கு மாறானது போன்ற எதிர்ச்சொற்களுக்கு இடமில்லை. இவை எல்லாமே பயிற்றுவிக்கப்பட்டவை. அதிகாரத்தையும் படிநிலையையும் தக்கவைத்துக் கொள்ள ஆட்சியாளர்களால் உருவாக்கப்பட்டவை. மக்கள் அதிகாரத்திற்குத் தலைவணங்கவும் கட்டுப்பாட்டை மீறாமல் அடங்கி நடக்கவும் பயன்பட்டன. எது சரி, எது இயல்பானது, எது பொருத்தமானது என்பதெல்லாம் இந்த நோக்கத்தோடு வரையறுக்கப்பட்டு மக்களுக்குப் பயிற்றுவிக்கப்பட்டன. இவற்றை வரையறுத்த அதிகாரத்தில் வர்க்கத்தினரை மக்கள் எதிர்த்துக் கேள்வி கேட்காமல் இருக்கும்படியான சமூக அமைப்பு மேலும் உறுதிப்படுத்தப்பட்டது.

இப்படி ஒரு சமூக அமைப்பில் பல தலைமுறைகளாக வாழும் காரணத்தால் நம்முடைய உணர்ச்சிகளையும் தேவைகளையும் தெளிவாக எடுத்துச்சொல்லத் தெரிவதில்லை என்பது எத்தனை துயரமானது. உள வலியும் துயரமும் மேலிடும் போது அதைத்

தணித்துக்கொள்வதற்காக அடுத்தவர்களை வர்ணிக்கும் சொற்களைப் பயன்படுத்துகிறோம். வன்முறையற்ற தகவல் பரிமாற்றச் செயல்முறை இந்த வன்முறை சுழற்சியை உடைக்கும் வழிகளைக் காட்டுகிறது.

'நாம்', 'அவர்கள்', என்ற பிரிவினையைத் தூண்டும் சொற்கள் பகையை வளர்க்கின்றன. நம்மையும் நம்முடைய குழுவினரையும் தவிர மற்ற எல்லோருமே வில்லன்களாகவும் கெட்டவர்களாகவும் சித்தரிக்கப்படுகிறார்கள். உலக முழுவதும் நாட்டுக்கு நாடு இந்த எண்ணம் கெட்டிப்பட்டு வருவதைப் பார்க்கிறோம். இதனால் தூண்டப்படும் வன்முறை நமக்கும் அவர்களுக்கும் சேர்த்தே ஏற்படுத்தும் அழிவுகளை நாம் உணர்ந்ததாகத் தெரியவில்லை. அழிவு ஏற்படும் போதுகூட அதுவும் அந்தக் கெட்டவர்களின் செயலாகவே சித்தரிக்கப்படுகிறது.

இந்த எதிர்ச்சொற்களை இனம்கண்டு எல்லோரும் நம்மைப் போன்றவர்கள் என்ற எண்ணத்தை வளர்த்துக்கொள்வது வன்முறையற்ற தகவல் பரிமாற்றத்தை முன்னெடுக்க உதவும். நம்முடைய எதிர்பார்ப்பு, தேவை ஆகியவற்றை உணர்வுபூர்வமாக புரிந்துகொள்வதோடு தெளிவான மொழியில் எடுத்துச்சொல்லப் பழகினால் நாடுகளுக்கு இடையே இருக்கும் தீராப்பகையும்கூடத் தீரும் என்கிறார்கள் உளவியல் வல்லுநர்கள்.

•

37. கோபம் கெட்ட உணர்ச்சியா?

வெவ்வேறு சூழல்களிலும் பலதரப்பட்ட உறவுகளோடும் வன்முறையற்ற தகவல் பரிமாற்றம் செய்வது எப்படி என்பது குறித்துப் படித்தாலும் பேசினாலும் அன்றாட வாழ்வில் கடைப்பிடிப்பதற்கு விழிப்புணர்வோடு செயல் படுவது அவசியம். பேசுகிறபடியே நடப்பது எளிதான செயலல்ல. இது நீங்கள், நான் என எல்லோருக்குமே சவாலாக இருக்கும் ஒன்றுதான். பழக்கப்பட்ட விஷயங்களில் ஆறுதலும் இதமும் கிடைப்பதால் அவற்றையே திரும்பத் திரும்ப நாடுகிறது நம் மனம்.

எப்போதோ படித்த இராமகிருஷ்ண பரமஹம்சரின் குட்டிக் கதை நினைவுக்கு வருகிறது. மீனவப் பெண் ஒருத்தி ஓர் இரவைப் பூ விற்கும் தோழியின் வீட்டில் கழிக்க நேரிடுகிறது. பூக்கூடைகள் நிறைந்த அறையில் அவளைத் தங்க வைக்கிறாள் தோழி. பூக்களின் நறுமணத்தில் நன்றாகத் தூங்கி எழட்டும் என்ற நல்லெண்ணம்தான் காரணம். பொதுவாக யாராக இருந்தாலும் இனிய மணம் வீசும் அந்த அறையில் நன்றாக உறங்கியிருப்பார்கள். ஆனால்

மீனவப் பெண்ணுக்கோ தூக்கமே வரவில்லை. புரண்டு புரண்டு படுத்தபடி தவித்தாள். இறுதியில் மீன் கூடையில் தண்ணீரைத் தெளித்து அதைப் பக்கத்திலேயே வைத்துக்கொண்டு முகர்ந்து பார்த்த பிறகுதான் தூக்கம் வந்தது.

உணவு, உடை போன்றவையோடு தொட்டுணர முடியாத உள்ளம், உணர்வு சார்ந்த விஷயங்களுக்கும் நாம் அடிமையாகி விடுகிறோம். சிறு வயதில் இருந்து பதற்றத்தோடு இருப்பவர்களுக்கு ஆறுதலும் இதமும் தருவதே அந்தப் பதற்ற உணர்வுதான். எப்போதும் கூச்சலும் விவாதமும் நிறைந்த குடும்பத்தில் வளர்ந்தவர்களால் எளிதில் அந்தச் சூழலில் இருந்து வெளிவர முடியாது. அதைப் போன்ற சூழலை அவர்களே எப்படியாவது உருவாக்குவார்கள் அல்லது வரவழைத்துக் கொள்வார்கள் என்கிறார்கள் உளவியல் வல்லுநர்கள்.

முதலில் நாம் ஒவ்வொருவரும் வளரும் குடும்பச் சூழலைக் கூர்ந்து நோக்கவேண்டும். 'நான் சொல்வதுதான் சரி. நான் சொல்வதை நீ முதலில் கேள். கீழ்ப்படிந்து நட. எதிர்த்துப் பேசாதே.' 'தப்பு செய்தவர்களை தண்டித்தே தீரவேண்டும். அவன் எப்படி அப்படிச் செய்யலாம், என்ன செய்கிறேன் பார். அவள் எப்படி அப்படிப் பேசலாம், எப்படிக் கேள்வி கேட்டு புத்தி வரச் செய்கிறேன் பார்.' குடும்பச் சூழலில் பெற்றோரோ மற்றோரோ இப்படிப் பேசுவதைக் கேட்டு வளர்ந்தவர்களில் ஒருவரா நீங்கள்? இதில் அவமானப்பட எதுவுமில்லை. நம்மில் பெரும்பாலானோர் இப்படிப்பட்ட சூழலில்தான் வளர்ந்தோம், வாழ்கிறோம். அப்படியென்றால் நமக்குள்ளும் வன்முறை கனன்றுகொண்டுதான் இருக்கும்.

எவ்வளவுதான் படித்திருந்தாலும் விழிப்புணர்வோடு இல்லா விட்டால் சட்டென சொல்லிலோ செயலிலோ வன்முறையை வெளிப்படுத்திவிடுவோம். இதற்காக நம்மை நாமே திட்டவோ நொந்துகொள்ளவோ தேவையில்லை. 'எனக்குள் இருக்கும் இந்தப் பழக்கத்தைத் தெரிந்துகொண்டேன். அடுத்த முறை இன்னும் விழிப்புணர்வோடு செயல்படுவேன்,' என்று உறுதிபூண்டால் போதும்.

காலை எழுந்தது முதல் பணிக்குச் செல்லும் வரையில் எத்தனை நிகழ்வுகள், எத்தனை தூண்டுதல்கள். எதிர்ப்படுபவர்கள் எல்லோருமே வன்முறையாளர்களாகத்தான் தோன்றுவார்கள். சரியான நேரத்துக்கு வேலைக்கு வராத வீட்டுப் பணியாளர் முதல் நேரம் காலம் தெரியாமல் அலைபேசியில் அழைக்கும் உறவினர்

வரை, சவாரியை ஏற்க மறுக்கும் ஊபர் ஆட்டோக்காரர் முதல் சொன்னபடி வேலை செய்யாத அலுவலக ஊழியர் வரை எல்லோருமே எதிரிகளாகத்தான் தோன்றுவார்கள். இப்படி மனதுக்கு ஒவ்வாத விதத்தில் மற்றவர்கள் நடந்துகொள்ளும் போது வரும் கோபம் கெட்ட உணர்ச்சியா என்றுதானே கேட்கிறீர்கள்? எந்த உணர்ச்சியுமே தவறானதல்ல, கெட்ட விஷயமல்ல. உணர்ச்சிகள் நாம் எப்படி நடக்கவேண்டும் என்பதைச் சுட்டும் வழிகாட்டிகள். கோபப்படாதே என்று சொல்பவர்கள் அதை எப்படிக் கையாள்வது என்று சொல்லித் தந்தார்களா என்றால் இல்லை என்பதுதான் பெரும்பாலானோரின் பதிலாக இருக்கும்.

கோபம் என்ற உணர்ச்சி பொங்கும் போது என்ன செய்யவேண்டும்? கோபம் வருவதே பிரச்னையல்ல. கோபம் வரும்போது தோன்றும் எண்ணங்கள்தான் பிரச்னையானவை. அந்த எண்ணங்களுக்குக் கடிவாளத்தைப் போட்டு நிறுத்தவேண்டும். அடுத்தவர்கள் குறித்து நமக்குள் தோன்றும் முன்முடிவுகளை ஆராய்ந்து அப்போதைய நம் தேவை என்னவென்பதைக் கண்டுபிடிக்கவேண்டும்.

அடுத்தவர்களைப் பற்றி ஏன் இப்படி நினைக்கிறாய் என்று நம்மையே கடிந்துகொள்ளக்கூடாது. இதுவரை ஊரில் இருப்பவர்களுக்குக் காட்டி வந்த புரிந்துணர்வை நம் பக்கம் திருப்ப வேண்டும். அடுத்தவர்களின் செயல் குறித்து சரி, தவறு என்ற தீர்ப்பு வழங்க என்ன காரணம், அதற்குப் பின்னால் இருக்கும் நம் தேவை என்ன என்பது குறித்து யோசிக்கவேண்டும். இந்த வன்முறையற்ற தகவல் பரிமாற்றம் என்ற தற்பயணத்தைத் தொடங்கி ஓரிரு வருடங்கள் கழித்துத்தான் இது ஓர் அனிச்சைச் செயலாக மாறியிருக்கிறது என்று நான் சொன்னால் நீங்கள் நம்பித்தான் ஆகவேண்டும்.

எடுத்துக்காட்டாக, சரியான நேரத்துக்கு வேலையை முடிக்காத பணியாளர் குறித்து ஏற்படும் கோபம் நியாயமானதுதான். என்றாலும் என்னுடைய அப்போதைய தேவை என்ன என்று யோசித்தால் அந்தக் கோபம் மட்டுப்படும். கூடவே 'சரி, தவறு', 'நல்லவன், மோசமானவன்,' போன்ற தீர்ப்புகளைத் தள்ளிவைத்து, நம்மைப் போன்ற மனிதர்களாக நினைத்து அணுகமுடியும். அப்படி எல்லோரும் சமம் என்ற நிலையில் இருந்து எந்தப் பிரச்னையையும் அணுகும்போது அங்கு வன்முறைக்கு இடமே இருக்காது என்பது உண்மைதானே?

•

38. சகிப்புத்தன்மையை வளர்த்துக்கொள்வது அவசியமா?

கோபம் எதிர்மறையான உணர்ச்சியா, அல்லது பொதுவாக எல்லோரும் சொல்வதைப் போல கெட்ட உணர்ச்சியா என்பதைப் பற்றி இன்னும் கொஞ்சம் அலசலாம். நம்முடைய தேவை நிறைவேறாத காரணத்தால் கோபம் ஏற்படுகிறது. அதனால் அந்தத் தேவையை நிறைவேற்றாத அல்லது நிறைவேற்ற உதவாத மனிதரைப் பற்றிய நம்முடைய முன்முடிவு தீர்ப்பாக உறுதிப்படுகிறது. இருவரையும் இணைக்கும் இழை அறுபடுகிறது. அவர்களும் நம்மைப் போன்றவர்கள்தான் என்ற எண்ணம் குலைகிறது. அவர்களை வில்லன் களாகவோ எதிரிகளாகவோ புனைந்து கொள்கிறோம்.

ஒன்றைத் தெரிந்துகொள்ளுங்கள். முன்முடிவுகளும் மதிப்பீடுகளும் தீர்ப்புகளும் அந்த நபர்களை விடவும் நமக்கு அதிகமான பாதிப்புகளை ஏற்படுத்துகின்றன. கோபம் ஏற்படும் நேரத்தில்

தோன்றும் எரிச்சலும் பதற்றமும் உடலில் மோசமான விளைவுகளை ஏற்படுத்துகின்றன என்கிறார்கள் மருத்துவர்கள். கோபமே இல்லாத வாழ்க்கை வாழமுடியாது. மற்ற உணர்ச்சிகளைப் போலவே அதுவும் வாழ்க்கையில் முக்கியப் பங்கு வகிக்கிறது. ஆனால், கோபத்தை எப்படி வெளிப்படுத்த வேண்டும் என்று யாரும் நமக்குக் கற்றுத்தருவதில்லை. அடிப்பது, திட்டுவது, கத்துவது, பொருட்களைச் சேதப்படுத்துவது போன்ற செயல்களைச் செய்வதுதான் வடிகால் என்று நம்புகிறோம். வீட்டிலும் வெளியிலும் திரைப்படங்களிலும் இதைப் பார்த்துப் பார்த்து மனதில் பதிந்துவிட்டது. இந்தச் செயல்கள் உடன் இருப்பவர்களைப் பாதிப்பதால் கோபத்தைக் கெட்ட உணர்ச்சி என்கிறோம்.

எங்காவது நீண்ட வரிசையில் நிற்கும் போது முன்னால் இருப்பவர் சேவை வழங்குபவரிடம் சந்தேகமோ விளக்கமோ கேட்டாலோ கூட 'உஸ்ஸ்ஸ் புஸ்ஸ்ஸ்' என்று பரிதவிப்போம். சிலர் புலம்பலாக வெளிப்படுத்துவோம், இன்னும் சிலர் மனதிற்குள் திட்டுவோம். ஓரிருவர் வாய்விட்டு அதட்டலாகப் பேசுவார்கள். என்ன, ஐந்து நிமிடம் தாமதமாகலாம், பத்து நிமிடமே ஆகட்டுமே. அதற்கான பொறுமையைக்கூட இழந்துவிட்டிருக்கிறோம்.

பத்து நிமிடத்தில் எந்தெந்த வழிகளில் மனதை அமைதியாக வைத்துக்கொள்ளலாம் என்று பார்க்கலாமா. படிக்கும் பழக்கம் இருந்தால் எங்கு போனாலும் கையில் புத்தகத்தை எடுத்துச் செல்லலாம். காத்திருக்கும் நேரத்தில் சில பக்கங்களைப் படிக்கலாம். அலைபேசி உலகத்தையே உள்ளங்கையில் தந்திருக்கிறது, அதில் நமக்குப் பிடித்தவற்றை மேயலாம் அல்லது அதில் செய்யக்கூடிய வேலைகளை முடிக்கலாம். பிடித்த பாடலை மனதுக்குள் முணுமுணுக்கலாம். உட்கார இடம் கிடைத்தால் சிறிது நேரம் கண் அயரலாம். இப்படி, நீண்ட வரிசையைப் பார்த்து எரிச்சலடைவதற்குப் பதிலாக அமைதியாகக் காத்திருக்க பல வழிகள் இருக்கின்றன. நம்மைச் சுற்றி என்ன நடந்தாலும் பாதிக்கப்படாமல் இருக்கமுடியாது. உணர்ச்சிகள் தோன்றுவதைத் தவிர்க்கமுடியாது. ஆனால் 'சரி', 'தவறு', என்ற மதிப்பீடுகளைச் செய்யாத நிலையை அடையலாம். அந்த மதிப்பீடுகளின் அடிப்படையில் எதிர்வினையாற்றாமல் இருக்கலாம். இதனால் மனம் அமைதியுறும்.

இன்னொன்றைக் கவனித்திருக்கிறீர்களா. எங்கேயும் எல்லோர் இடத்திலும் நாம் கோபப்படுவதில்லை. யார் யாரிடத்தில் கோபமும்

ஒவ்வாமையும் ஏற்படுகிறது என்பதையும் பார்ப்போம். சரி, தவறு என்ற நிலைக்கு அப்பால் நாம் வளர்ந்த சூழல், தனிப்பட்ட பழக்கவழக்கம் போன்றவற்றால் ஒரு சிலரோடு அதிகமாக ஒட்டுதல் ஏற்படும். இயல்பான நெருக்கத்தை உணர்வோம். ஆனால் நம்மில் இருந்து மாறுபட்டவர்களோடு நெருக்கத்தையும் பிணைப்பையும் ஏற்படுத்திக்கொள்ள முடியாமல் தவிப்போம். இனம், மதம், மொழி போன்ற வெளிப்படையான பிரிவுகளைத் தாண்டி வேறு ஏதோ ஒன்று ஒவ்வாமையை ஏற்படுத்தும்.

ஒவ்வாமையை எப்படிச் சமாளிப்பது? சகிப்புத்தன்மையை எப்படி வளர்த்துக் கொள்வது? எதையும் இப்படித்தான் செய்தாக வேண்டும், இருந்தாக வேண்டும் என்ற கட்டாயப்படுத்துதலை முதலில் உதறித்தள்ள வேண்டும். கட்டாயப்படுத்துதல் நம்மையும் அறியாமல் எதிர்ப்புணர்வைத் தூண்டுகிறது. மனதுக்கு ஒவ்வாத மனிதர்களிடம் சகிப்புத்தன்மையை வலிந்து வரவழைத்துக்கொள்ள வேண்டியதில்லை. எல்லோரிடமும் இயல்பாக, அதே நேரம் மரியாதையோடு நடந்தால் போதும். எல்லோருக்கும் இந்த உலகில் இடமுண்டு என்பதை முழுமையாகப் புரிந்துகொள்வது அவசியம்.

பொதுவாகவே சந்திக்கும், பழகும் எல்லோரையும் நமக்குப் பிடிப்பதில்லை. முன்முடிவுகளின் காரணமாகச் சிலரைப் பார்க்கும் போதே எரிச்சலும் ஒவ்வாமையும் ஏற்படும். இன்னும் சிலரை முதல் சந்திப்பில் ஏற்பட்ட முரண்பாடுகளால் பிடிக்காமல் போகும். அந்த நபரைப் பார்க்கும் போதெல்லாம் அவர் பற்றிய முன்முடிவு தலைதூக்கும். மனம் ஒவ்வாத மனிதர்களோடு இணைந்து செயலாற்ற வேண்டிய நிலைமை ஏற்படும் போது உள்ளத்தில் பல விதமான உணர்வுகள் தோன்றும். இந்த அனுபவங்களை அலசினால் நம்மைப் பற்றியும் உணர்வுகளைப் பற்றியும் நிறையக் கற்றுக் கொள்ளலாம். வன்முறையற்ற தகவல் பரிமாற்றச் செயல் முறையைக் கற்றுக்கொள்ள இதைவிடவும் சிறந்த பயிற்சி இருக்கமுடியாது என்கிறார்கள் உளவியல் வல்லுநர்கள்.

இதைக் கேளுங்கள். அந்த இளைஞர் பட்டப்படிப்பை முடித்துவிட்டுப் பணிக்குப் புதிதாகச் சேர்ந்தவர். வீட்டில் இருந்து பணிபுரிவதால் பாதி நாள் எங்கே இருக்கிறார் என்பதே தெரியாது. நாள்தோறும் நடக்கும் இணைய வழிக் கூட்டத்தில் கலந்து கொள்ளுமாறு அவரைத் தனியே அலைபேசியில் அழைக்க வேண்டும். வேலை கொடுத்தால் அரைகுறையாகச் செய்துவிட்டு ஓடிவிடுவார். அதில் இருக்கும் பிழைகளைத் திருத்துவதற்கு

மீண்டும் அலைபேசியில் அழைக்கவேண்டும். குழுவில் இருப்பவர்களோடு இணைய உரையாடல் தளத்தில் எப்படிப் பேசவேண்டும் ஈமெயில் எழுதவேண்டும் என்று கற்றுக் கொடுத்தாலும் சரியாகச் செய்வதில்லை என்பதால் அவரைப் பார்த்தாலே சின்னதாக எரிச்சல் தலைதூக்கும். இவர் குழுவுக்குப் புதியவர், அனுபவமில்லாதவர் என்பதால் மாத்திரம் இந்த எரிச்சலும் ஒவ்வாமையும் ஏற்படவில்லை. பல வருடம் அனுபவம் வாய்ந்தவர்களோடு பணியாற்றும் போதும் இதே போன்ற முரண்பாடுகளும் சிக்கல்களும் ஒவ்வாமையும் ஏற்படும் என்பதில் சந்தேகமில்லை.

முதலாவதாக, என்ன நடக்கிறது, அந்த நபர் என்ன செய்கிறார் என்பதைத் தெளிவாகப் புரிந்துகொள்ளவேண்டும். அடுத்து, அவரைப் பற்றிய எந்த மதிப்பீடும் முன்முடிவும் நம் கோபத்தையோ எரிச்சலையோ தூண்டுகிறது என்ற கேள்வியைக் கேட்கவேண்டும். இதையடுத்து அவரின் எந்தச் செய்கை மகிழ்ச்சியற்ற தன்மையைத் தூண்டுகிறது, அவரைக் குறித்த மதிப்பீடுகளைச் செய்யத் தூண்டுகிறது என்பதைச் சிந்திக்கவேண்டும். அடுத்து, அவரால் என்னுடைய எந்தத் தேவையை நிறைவேற்ற முடியவில்லை என்பதைத் தெளிவாக்கிக் கொள்ளவேண்டும். அதே நேரம் இப்படியெல்லாம் நடந்துகொள்வதன் மூலம் அவருடைய எந்தத் தேவை நிறைவேறியது என்று எண்ணிப்பார்க்க வேண்டும்.

ஏற்கெனவே விவரித்த சூழலை இப்போது மீண்டும் பார்க்கலாமா. அலுவலக நேரத்தில் தனியே தொலைபேசியில் அழைத்து அவருக்கான வேலையைப் பற்றிச் சொல்ல வேண்டி இருப்பதால் நமக்கு எரிச்சலும் கோபமும் தோன்றுகிறது. ஒரு விஷயத்தைப் பல முறை விளக்க வேண்டி இருப்பதால் சலிப்பு ஏற்படுகிறது. இதனால் பொறுப்பற்றவர், ஆற்றல் குறைபாடுள்ளவர், கவனக் குறைவாக இருக்கிறார் என்ற மதிப்பீடுகளைச் செய்கிறோம். கற்றுத்தருவதைக் கவனமாகக் கேட்டு அதன்படி பணியைப் பிழைகளின்றிச் செய்துமுடிக்கவேண்டும் என்பது நம் தேவை. இளைஞர் என்பதால் சுதந்திரமாக இருக்கவேண்டும் என்பது அவருடைய தேவையாக இருக்கலாம். அல்லது இணைய வழித் தொடர்பில் சிக்கல் இருக்கலாம். வீட்டில் இருந்து பணிசெய்வதாலும் அலுவலக விதிமுறைகள் பற்றிய தெளிவு இல்லாததாலும் குறிப்பிட்ட நேரத்தில் இணைய வழித் தொடர்பில் இருக்கும் அவசியம் பற்றித் தெரியவில்லை என்றும் அவர் நிலை குறித்த புரிந்துணர்வு ஏற்படுகிறது. இப்போது அவர்மீது இருக்கும் எரிச்சல் குறைந்து நம்

தேவையை அவரிடம் முறையாகத் தெரிவிக்கும் நிலையை அடைகிறோம்.

இந்த அலசலை முடித்த பிறகு நமக்கு நாமே புரிந்துணர்வைக் காட்டிக்கொள்ளவேண்டும். தேவை நிறைவேறாமல் துவளும் நமக்கு ஆறுதல் சொல்லிக்கொள்வதும் முக்கியமல்லவா. இதையெல்லாம் செய்துமுடித்தால் அந்த நபரின்மீதும் அவர் நிலைமை குறித்தும் கொஞ்சமாவது புரிந்துணர்வு ஏற்படும். இப்போது அவரும் நம்மைப் போன்ற சராசரியான தேவைகளைக் கொண்ட மனிதர்தான் என்ற தெளிவு பிறக்கும். அவரைச் சகித்துக்கொள்கிறேன் என்று பல்லைக் கடித்துக்கொண்டு சொல்ல வேண்டியதில்லை. அவருக்குள் இருக்கும் உயிர்ப்பை உணர முடியும். எல்லா மனிதர்களுக்கிடையேயும் இருக்கும் இயல்பான நேசம் நம்மை அவரோடு பிணைத்து விடும்.

மேலே சொன்னவற்றில் எவையும் புதிய செய்தியோ உத்தியோ அல்ல. ஆனால் கோபம், எரிச்சல், வெறுப்பு போன்ற உணர்ச்சிகள் உடலில் ஏற்படுத்தும் மாற்றங்களைத் தாங்க முடியாதபோது தெளிவாகச் சிந்திக்க முடியாது. கூடவே முன்முடிவுகளும் மதிப்பீடுகளும் சேர்ந்துகொண்டால் அடுத்தவருக்குப் பாதிப்பு ஏற்படுத்தும் விதத்தில் நம் உணர்ச்சிகளை வெளிப்படுத்துவோம். எங்கும் எப்போதும் வன்முறையற்ற தகவல் பரிமாற்றச் செயல்முறையைப் பின்பற்ற வேண்டும் என்று உறுதியோடும் விழிப்புணர்வோடும் இருந்தால் அமைதியும் நிம்மதியும் பெறலாம் என்பதில் சந்தேகமே இல்லை.

●

39. விதிகள் இல்லாமல் ஒழுங்கை நிலைநாட்ட முடியுமா?

வாழ்க்கையின் பெரும்பாலான காலத்தை கட்டாயங்களுக்கும் விதிகளுக்கும் வற்புறுத்தல் களுக்கும் தாரைவார்த்துவிடுகிறோம். சமூகமாகக் கூடி வாழும் போது வாழ்க்கையின் சீரான ஓட்டத்துக்கு சில விதிகளை எல்லோரும் கடைப்பிடிக்கவேண்டியது அவசியமல்லவா என்ற கேள்வி எழலாம். ஆம் என்பதுதான் இந்தக் கேள்விக்கான விடை. என்றாலும் இதில் பல அடுக்குகள் இருக்கின்றன.

சமூகத்தில் எல்லோருடைய தேவையும் எளிதாக நிறைவேறுவதற்காக ஏற்பட்டவையே விதிகள். எடுத்துக்காட்டாக, சாலையின் எந்தப் பக்கம் வண்டியை ஓட்டவேண்டும், எந்த வேகத்தில் செல்லவேண்டும் போன்றவை எல்லோரின் பாதுகாப்புக்காகவும் ஏற்பட்ட விதி. பள்ளி, கல்லூரி, அலுவலகம் என ஒவ்வொரு இடத்திலும் இதுபோன்ற விதிமுறைகள் கல்வி கற்கவும்

கற்பிக்கவும் பணிகளைச் செய்யவும் பெறவும் இணக்கமான சூழலை ஏற்படுத்துவதற்காக அமைந்தவை. நிறைய பேர் கூடும் பொது இடங்களில் உணவுண்ணும் போது எப்படி நடந்துகொள்ளவேண்டும் என்பதும் இதைப் போன்றதே.

தனி மனிதர்களின் அன்றாட வாழ்விலும் பல விதிகளும் கட்டாயங்களும் இருப்பதைப் பார்க்கிறோம். அதிகாலையில் எழுந்து கோலம் போடவேண்டும், கோயிலுக்குப் போகவேண்டும், பண்டிகை நாளை இப்படித்தான் கொண்டாடவேண்டும், இந்த உணவைத்தான் படைக்கவேண்டும், இத்தனை உணவு வகைகளை இப்படித்தான் சமைக்கவேண்டும் எத்தனை கட்டளைகள், கட்டாயங்கள், வற்புறுத்தல்கள். கட்டாயத்தினால் ஒன்றைச் செய்தோமென்றால் மகிழ்ச்சியை இழந்துவிடுகிறோம். சிறுவயது முதல் பழக்கப்பட்ட விஷயமாக இருந்தால் பரிச்சயப்பட்ட சூழலை உருவாக்க உதவுவதால் இதமளித்தாலும் செய்கடன்கள் அழுத்தத்தை ஏற்படுத்துகின்றன என்பதுதானே உண்மை.

இதையெல்லாம் எங்கே யார் எப்போது வரையறுத்தார்கள், இவற்றைச் செய்யாவிட்டால் என்ன ஆகும் போன்ற கேள்விகளைக் கேட்கத் தொடங்கினால் யாராலும் பதில் சொல்ல முடியாது. காலங்காலமாக இப்படிச் செய்யும் வழக்கம் தடைப்படக்கூடாது என்றோ குடும்பத்துக்கு ஆகாது என்றோ விளக்கம் சொல்வார்கள். செய்யாவிட்டால் ஏதேனும் வம்பில் முடியப்போகிறதே என்ற பயத்தினால் செய்ய முனைவோம். ஆனால் அதில் கொஞ்சமும் மகிழ்ச்சியோ களிப்போ இருக்காது. பயத்தை ஒதுக்கித் தள்ளிவிட்டுச் செய்யாமல் இருந்து பார்த்தால் உண்மை தெளிவாகிவிடும்.

நண்பரின் வீட்டில் வருடாவருடம் செய்யும் நோன்பை அந்த வருடம் செய்ய மறந்துவிட்டார்கள். மறுநாளோ ஓரிரு நாட்களோ கழித்துத்தான் நினைவுக்கு வந்தது. 'இதை எப்படி மறந்து போனோம் என்று சிரித்துக்கொண்டோம்,' என்றார். இதைக் கேட்ட மற்றொரு நண்பர் 'ஆ அடடா,' என்றார். ஆனால் மறந்துவிட்ட ஒன்றை அதற்கு மேல் என்ன செய்யமுடியும். இன்னும் ஒரு படி மேலே போய் மறதியினால் செய்யாமல் விட்டதை நினைவில் இருந்தாலும் செய்யப்பிடிக்கவில்லை என்ற காரணத்தால் செய்யவில்லை என்றால் என்ன ஆகும் என்று சிந்திக்கலாமே.

பண்டிகை நாட்களில் மொத்த குடும்பமும் சிரித்துப் பேசிக்கொண்டும் தொலைக்காட்சியில் பட்டிமன்றம் நிகழ்ச்சியைப்

பார்த்துக்கொண்டும் இருக்கையில் சமையலறையில் பலவிதமான பண்டங்களைச் சமைத்துக்கொண்டிருக்கும் பெண்களைப் பற்றி நிறைய எழுதியாகிவிட்டது. அவர்களுக்கு விருப்பப்பட்டு செய்கிறார்களா, கட்டாயத்தின் பேரில் செய்கிறார்களா அல்லது வேறு வழியின்றி அதன்மீது விருப்பத்தை ஏற்படுத்திக் கொண்டார்களா என்ற விவாதத்தை விட்டுவிடலாம். குடும்பத்தில் ஒரு சிலருக்கு மகிழ்ச்சியையும் ஒரு சிலருக்குச் சிரமத்தையும் அசதியையும் தந்தால் அதைச் சரிசெய்வது குடும்பத்தில் இருக்கும் எல்லோரின் பொறுப்பும் அல்லவா. எதையும் எல்லோரும் சமமாகப் பகிர்ந்துகொண்டு செய்யவேண்டும் என்பதும் எழுதப்படாத நன்னடத்தை விதிகளுள் ஒன்றல்லவா.

'எனக்கு விருப்பமானதை என்னால் இயன்ற வரையில் செய்வேன். இயலாதவற்றையோ விருப்பமில்லாதவற்றையோ செய்ய மாட்டேன்,' என்ற முடிவை எடுத்தால் என்ன? வரும் பண்டிகை அல்லது திருவிழா நாளன்று இயன்றவற்றை மட்டுமே சமைத்தால் போதும். முடியவில்லை என்றால் வெளியில் வாங்கிகொள்ளலாம் அல்லது பழங்களைப் படைக்கலாம் என்று முடிவெடுங்கள். மனம் எத்தனை இலகுவாக இருக்கிறது என்பதை உணர்வீர்கள். இந்த விடுதலை உணர்வை அனுபவித்த பிறகு எந்தக் கட்டாயப் படுத்துதலுக்கும் உடன்படமாட்டீர்கள். இப்படி அன்றாட வாழ்வின் தளைகளில் இருந்து நம்மை நாமேதான் விடுவித்துக்கொள்ள வேண்டும். இதனால் நாம் மட்டுமல்ல குடும்பத்தினரும் மன நிம்மதி பெறுவார்கள்.

இன்னுமொரு விஷயத்தையும் பேசுவோம். வேண்டுகோள், கோரிக்கை, வலிறுத்தல், வற்புறுத்தல், கட்டாயப்படுத்துதல் இவை எல்லாமே அடுத்தவரிடம் நம் தேவையை நிறைவேற்றச் சொல்லி நாம் கேட்பதைக் குறிக்கும் சொற்கள். வேண்டுகோளைத் தெளிவாகவும் உறுதியான மொழியிலும் வெளிப்படுத்தக் கற்றுக்கொள்வது அவசியம். அதைப் போலவே வேண்டு கோளுக்கும் வற்புறுத்தலுக்கும் இடையே இருக்கும் வித்தியாசத்தை அறிந்துகொள்ள வேண்டும். வன்முறையற்ற தகவல் பரிமாற்றச் செயல்முறையில் வற்புறுத்தல், கட்டாயப்படுத்துதல் ஆகிய வற்றுக்கு இடமில்லை.

'சாப்பிட்டதும் பாத்திரங்களைத் தேய்த்துவிடுங்கள்,' என்பது வேண்டுகோளா வற்புறுத்தலா? மரியாதையான தொனியில் நல்லவிதமாகக் கேட்பதை வைத்து வேண்டுகோளா வற்புறுத்தலா

என்பதைச் சொல்ல முடியாது. வேறு எப்படித் தெரிந்துகொள்வது என்கிறீர்களா? நாம் கேட்டுக்கொண்டதை அந்த நபர் செய்யவில்லை என்றால் எப்படி எதிர்வினையாற்றுகிறோம் என்பதை வைத்துத்தான் முடிவுசெய்ய வேண்டும். ஏனென்றால் வேண்டுகோளை நிறைவேற்றலாம் அல்லது நிறைவேற்றாமலும் இருக்கலாம். அதற்கான வெளியை அடுத்தவருக்கு வழங்குதல் அவசியம். வேண்டுகோளை நிறைவேற்றாவிட்டால் நிராகரிப்பு என்றோ மறுப்பு என்றோ எண்ணாமல் அந்தத் தேவையை நிறைவேற்றிக் கொள்ள வேறு வழிகளைத் தேடலாம்.

அதே நேரம், வேண்டுகோளை வற்புறுத்தலாகப் புரிந்துகொள்ளும் நபர்களும் இருக்கிறார்கள். சிலர் முடியாது என வெளிப்படையாகச் சொல்லிவிடுவார்கள். சிலர் செய்கிறேன் என்று சொல்லிவிட்டுச் செய்யாமல் இருப்பார்கள். இன்னும் சிலர் செய்யாவிட்டால் என்ன நடக்குமோ என்ற பயத்தில் செய்வார்கள். ஆனால் அந்தப் பயம் இல்லையென்றாலோ விலகிவிட்டாலோ நாம் கேட்டுக் கொண்டதைச் செய்யமாட்டார்கள்.

ஏன் வேண்டுகோள் விடுக்கிறோம் என்பதை விளக்கமாகச் சொல்லவேண்டும். வேண்டுகோளை நிறைவேற்றுவதில் சிரமம் இருந்தால் அதுகுறித்துப் பகிர்ந்துகொள்ளவும் வாய்ப்பளிக்க வேண்டும். மாற்றுக் கருத்துக்களைத் தயக்கமில்லாமல் பேசுவதற்கான வெளியை உருவாக்கவேண்டும். இறுதியில் அந்தத் தேவையை நிறைவேற்ற என்ன செய்யலாம் என்பது குறித்துச் சிந்தித்து இருவருக்கும் ஏற்புடைய முடிவைத் தேர்வு செய்யலாம்.

ஓர் எளிய வேலையைச் செய்ய இத்தனை பாடா என்று தோன்றுகிறதா? குற்றவுணர்வு, அவமானம், கடமை, நன்றிக்கடன், அச்சம், கட்டாயப்படுத்துதல் போன்ற உணர்வுகளால் உந்தப்பட்டு நாம் கேட்டுக்கொண்டதை ஒருவர் செய்தாரென்றால் அதற்கான விலையை நாம் கொடுக்கவேண்டி வரும். மக்களை அதிகாரத்துக்குக் கட்டுப்பட வைக்கும் போது அவர்களின் உள வலிமை குலைகிறது. இதனால் அமைப்பை எதிர்க்கும் செயல்களில் ஈடுபடுகிறார்கள், வன்முறை தலைதூக்குகிறது என்கிறார்கள் உளவியல் வல்லுநர்கள். கடந்த கால, தற்கால சமூக அரசியல் நிகழ்வுகள் இதைத்தான் சுட்டுகின்றன.

உதவி கேட்பவரின் வேண்டுகோளை ஏற்று தேவைகளை நிறைவேற்றவேண்டும் என்ற எண்ணம் இருவருக்குள்ளும் இருக்கும் மனிதத்தோடு ஏற்படும் பிணைப்பினால்

ஏற்படவேண்டும். இது உதவி கேட்பவரையும் நிறை வேற்றுபவரையும் மகிழ்ச்சியோடு இயங்கச் செய்கிறது. இதைத்தான் வன்முறையற்ற தகவல் பரிமாற்றச் செயல்முறை பரிந்துரைக்கிறது.

விதிகளும் வலியுறுத்தல்களும் வற்புறுத்தல்களும் இல்லை என்றால் ஒழுங்கு சீர்குலைந்துவிடுமே என்ற தயக்கமும் அச்சமும் ஏற்படுவது இயல்பானதுதான். ஆனால் குற்றம்சாட்டுவதை நிறுத்தி அதிகாரத்தை எல்லோரோடும் பகிர்ந்துகொண்டு, முடிவுகள் எடுப்பதில் எல்லோருக்கும் பங்குண்டு என்பதைத் தெளிவாக்கினால் குடும்பம், சமூகம், நாடு என எல்லா அமைப்புகளும் சிறப்பாகச் செயல்படும். கடந்த கால வரலாறும் நிகழ்காலத் தரவுகளும் இதைத்தான் சுட்டுகின்றன.

•

40. வன்முறையைத் தவிர்க்கும் வழிகள் என்ன?

மனநிம்மதி, நிறைவு, அமைதியான வாழ்க்கை ஆகியவற்றைத் தேடி அலையாத மனிதனே இல்லை. ஆனால் இவற்றை வெளியே தேடவேண்டாம். நம் வாழ்க்கை முறையிலும் அடுத்தவர்களோடு பேசுவதிலும் பழகுவதிலும் சின்னச் சின்ன மாற்றங்களைச் செய்துகொண்டால் போதும் என்பதைத்தான் வன்முறையற்ற தகவல் பரிமாற்றச் செயல்முறை என்கிறோம். என்னென்ன மாற்றங்களைச் செய்யவேண்டும் என்பதைத் தெரிந்துகொள்வதற்கு முன்னால் அன்றாட வாழ்வில் நம்மை அறியாமல் எந்தெந்த வழிகளில் வன்முறையை வெளிப்படுத்துகிறோம் என்பதை அறிந்துகொள்வது அவசியம்.

வீட்டிலும் பணியிடத்திலும் பொதுவெளியிலும் பல மனிதர்களைச் சந்திக்கிறோம். இவர்கள் எவருடனும் காரசாரமான விவாதம், சண்டை, சச்சரவு செய்யவேண்டும் என்று யாருமே நினைப்பதில்லை. இணக்கமாக நடக்கவேண்டும் என்று எண்ணினாலும் எப்படியோ ஏதோ ஒரு

வகையில் முரண்பாடும் ஒவ்வாமையும் அதைத் தொடர்ந்து இழுபறியான உறவும் சில நேரங்களில் உறவு முறிவும் ஏற்படுகிறது.

நாம் சந்திக்கும் மனிதர்களுக்குள் உறையும் உயிர்ப்பான மனிதத்தோடு பிணைப்பை ஏற்படுத்திக்கொள்வது மூலம் இதுபோன்ற உறவுச் சிக்கல்களைத் தவிர்க்கலாம். வன்முறை இல்லாமல் ஒருவரோடு ஒருவர் தகவல் பரிமாற்றம் செய்து கொள்ளும்போது நமக்குள் பல மாற்றங்கள் நிகழ்கின்றன என்பதைத் தெளிவாக உணரமுடிகிறது. இது நாம் பழகும் எல்லோரிடமும் தாக்கத்தை ஏற்படுத்துகிறது. தனிமனிதர்களிடம் மாற்றம் ஏற்படும் போது நாளடைவில் நாம் வாழும் அமைப்பிலும் மாற்றங்கள் ஏற்படுகின்றன. இந்த மாற்றம் ஒரு சில நாட்களில் ஏற்படுவ தில்லை, நீண்ட காலம் பிடிக்கும். என்றாலும் சில சூழல்களில் உடனடியான பலனைப் பார்க்கமுடிகிறது.

அன்றாட வாழ்வில் நாள்தோறும் சேவை வழங்கும் எளிய பணியாளர்கள் முதல் பெரிய நிறுவனங்கள் வரையிலும் வன்முறையற்ற தகவல் பரிமாற்றச் செயல்முறையைப் பயன் படுத்துவதன்மூலம் தேவைகளைச் சிறப்பாக நிறைவேற்றிக் கொண்டிருக்கிறேன்.

ஒரு முறை இந்த மாநகரின் மற்றொரு கோடியில் இருக்கும் வணிக மையத்தில் இருந்து ஆடைகள் வாங்கி வந்தேன். வீட்டுக்கு வந்து பிரித்துப் பார்த்தால் இரண்டு உடுப்புகள் வேறு அளவில் இருந்தன. இப்போதெல்லாம் பெரிய வணிக மையங்கள் ரசீதில் தொலைபேசி எண்ணை அச்சடிப்பதில்லை. இணையத்தில் தேடி எடுத்துக் கடையின் உரிமையாளரை அழைத்தேன். அவரிடம் இருந்து கடைப் பொறுப்பாளரின் எண்ணைப் பெறுவதற்கு மேலும் இரண்டு நாட்களாகிவிட்டது. ஒரு வழியாகப் பிரச்னையை விளக்கியதும் கடைக்கு வந்தால் மாற்றிக்கொள்ளலாம் என்றார்கள். அத்தனை தூரம் வரமுடியாது என்பதால் வீட்டுக்கே அனுப்பி வைத்தால் நல்லது என்று கேட்டுக்கொண்டேன். இத்தனை உரையாடலும் வன்முறையற்ற தகவல் பரிமாற்றச் செயல்முறையின் படியே நடந்தது. ஒரே நாளில் அல்ல. சில நாட்கள் ஆனது. அடுத்த சில நாட்களில் கேட்டுக்கொண்டபடி ஆடைகள் வீடு தேடி வந்தன. என்னிடம் இருந்த ஆடைகளை சுமார் ஒரு வாரம் கழித்து அருகில் இருந்த வேறு ஒரு வணிக மையத்தில் இருந்த கடையில் திருப்பிக்கொடுத்தேன். இதுபோன்ற பல நிகழ்வுகள் இந்தச் செயல்முறையில் எனக்கிருக்கும் நம்பிக்கையை வலுப்படுத்தின.

அடுத்தவர்களின் குற்றவுணர்வைத் தூண்டாமல் அவமானப் படுத்தாமல் நம் தேவைகளை நிறைவேற்றிக்கொள்வது குறித்து யாருமே நமக்குக் கற்றுத் தந்ததில்லை. இதற்குப் பார்வை மாற்றம், புரிதல் படிநிலை குறித்த அறிவு, எந்த நிகழ்வையும் புரிந்துணர்வோடு அணுகுதல், பரிவை வெளிப்படுத்தும் வகையில் நடந்துகொள்வது, பேசும் போது விழிப்புணர்வோடு சொற்களைத் தேர்ந்தெடுப்பது, உணர்வுகளையும் தேவைகளையும் அடிக்கோடிட்டுப் பேசுவது என்று பல விஷயங்களில் தொடர்ச்சியான பயிற்சியும் முனைப்பும் தேவை. புதிய கருத்துகளையும் கோட்பாடுகளையும் கற்றுக் கொள்ளும் ஆர்வமும் தவறுகளைத் திருத்திக்கொள்ளும் மனப்பாங்கும் இருக்கவேண்டும்.

வன்முறையற்ற தகவல் பரிமாற்றத்தைக் கடைப்பிடிக்கிறேன் என்பது குடும்பத்தினருக்குத் தெரிய வந்ததும் 'அது என்ன,' என்ற ஆவல் தொனித்தது. சில நேரம் ஆச்சரியத்தோடு பார்க்கிறார்கள். இன்னும் சில நேரம் பிழையைச் சுட்டும் கண்ணாடியாக இருக்கிறார்கள். எங்காவது எப்போதாவது தவறினால் உடனே பார்வைக்குக் கொண்டு வருகிறார்கள். சில நேரம் எரிச்சல் ஏற்பட்டாலும் பல நேரம் தன்னாய்வுக்கு உதவியாக இருக்கிறது என்பதை ஏற்றுக்கொள்ளத்தான் வேண்டும். அதே நேரம் எல்லா விமர்சனத்தையும் கணக்கில் எடுத்துக்கொள்ளவேண்டும் என்பதும் அவசியமில்லை.

சில நேரம் செயல்முறையைக் கடைபிடிக்க மறந்து போவதுண்டு. பழைய பழக்கம் திரும்புவதுண்டு. வேறு சில நேரங்களில் சொல், செயல் இரண்டிலும் வன்முறையை வெளிப்படுத்தவும் செய்தேன், செய்கிறேன். ஆனால் ஒவ்வொரு முறையும் என்ன நடந்தது என்பதையும் எதிர்வினை எப்படி இருந்திருக்கலாம் என்பதையும் அசைபோடுகிறேன். அடுத்த முறை இன்னும் விழிப்புணர்வோடு முழுமனதோடு முயற்சி செய்கிறேன். இப்போது சில விஷயங்கள் அனிச்சைச் செயலாக மாறிவிட்டன.

கடந்த சில வருடங்களில் எனக்குள் ஏற்பட்டிருக்கும் மாற்றத்தைப் பெருமையோடு பார்க்கிறேன். என்னையே பாராட்டிக் கொள்கிறேன். தவறிய பொழுதுகளுக்காக என்னை நொந்து கொள்ளாமல் தண்டித்துக்கொள்ளாமல் அடுத்த முறை இன்னும் விழிப்புணர்வோடு இருப்பேன் என்று உறுதிகொள்கிறேன். கூடவே வன்முறை இல்லாமல் வாழ்வது எப்படி என்ற வாழ்வியல் தத்துவத்தைக் கற்றுத்தரும் தத்துவ அறிஞர்கள், உளவியல்

வல்லுநர்கள் ஆகியோரின் எழுத்துக்களைப் படிக்கிறேன், காணொளிகளைப் பார்க்கிறேன். பார்ப்பதையும் படிப்பதையும் நடைமுறைப்படுத்த விழைகிறேன்.

உணர்ச்சிகள், தேவைகள், வேண்டுகோள்கள் இவற்றைப் பற்றிய அறிவை வளர்த்துக்கொள்வது வாழ்க்கைக்குத் தேவையான பாடமாக இருக்கிறது. மற்றவரின் நலனுக்கு நம்மாலான உதவிகளைச் செய்யும் போது நட்புணர்வும் பிணைப்பும் வலுப்படுகிறது. தண்டனைக்குப் பயந்தோ குற்றவுணர்வினாலோ செயலாற்றாமல் நமக்குள் இருக்கும் மனிதத்தை உயிர்ப்போடு வைத்துக்கொள்ளச் செயலாற்றும் போது மனம் அமைதி கொள்கிறது. ஒருவருக்கொருவர் புரிந்துணர்வையும் பரிவையும் கருணையையும் வெளிப்படுத்தும் போது நிம்மதி தோன்றுகிறது. என்னைச் சுற்றியுள்ளவர்கள் இந்த மாற்றத்தைக் கவனிக்கிறார்கள். இதன் தாக்கத்தால் அவர்களும் மாறுவது தெரிகிறது.

முரண்பாடுகளும் சச்சரவும் குழப்பமும் போரும் வன்முறையும் நிறைந்த இன்றைய உலகில் நாம் செய்யக்கூடிய குறைந்த பட்ச பங்களிப்பு இது என்று நினைக்கிறேன். நேசமும் புரிந்துணர்வும் பரிவும் இந்த உலகை இயக்கும் நாள் வருமென்பது உறுதி. சின்னச் சின்னச் செயல்களால் மனித மனங்களில் நம்பிக்கை ஒளியை ஏற்றிவைப்போம்.

•

கார்குழலி

தமிழ், ஆங்கிலம் இரு மொழிகளிலும் எழுதுபவர்; பல்வேறு இணைய, அச்சு இதழ்களில் கட்டுரைகளும் கவிதைகளும் மொழியாக்கங்களும் வெளிவருகின்றன; பல கவிதை மற்றும் மொழியாக்கச் சிறுகதைத் தொகுப்புகளில் படைப்புகள் இடம் பெற்றிருக்கின்றன.

சந்தமாமா ஆங்கில இதழின் ஆசிரியர் குழுவில் பணியாற்றியவர். 'தி நியூ இந்தியன் எக்ஸ்பிரஸ்' நாளிதழில் வளரிளம் பருவத்தினருக்காகத் தமிழக வரலாறு பற்றிய சுவையான குறிப்புகளை வாரத் தொடராக எழுதினார். துலிகா, பிரதம் புக்ஸ் போன்ற பதிப்பகங்களில் குழந்தைகளுக்காக நாற்பத்தைந்துக்கும் அதிகமான நூல்களை மொழிபெயர்த்திருக்கிறார்.

பல்வேறு அரசுத் துறைகளோடும் பன்னாட்டு அரசு சாரா அமைப்புகளோடும் தன்னார்வத் தொண்டு நிறுவனங்களோடும் எழுத்தாளராகவும் மொழிபெயர்ப்பாளராகவும் பணியாற்றியிருக்கிறார். சென்னை இளைஞர் சேர்ந்திசையின் உறுப்பினர்.

www.ingramcontent.com/pod-product-compliance
Lightning Source LLC
LaVergne TN
LVHW100259051026
849517LV00006B/2138

* 9 7 8 9 3 9 0 9 5 8 8 3 2 *